இந்த இனிய பயன்தரும் நூலை பரிசாக வழங்குவதில் பெருமகிழ்வுகொள்ளும் தங்கள் அன்புள்ள...

புத்தகங்களுக்கு தரும் தொகை செலவு அல்ல: மூலதனம்...!
நர்மதாவின் தரமான பதிப்பில் , மலிவான விலையில்...!

அனைவருக்கும் பயன் தரும் அடிப்படைத் தமிழ் இலக்கணம்

எழுத்து, சொல், பொருள் முதல் பிறமொழிச் சொற்களுக்கு தமிழ்ச் சொல் எழுதும் முறைகள் வரை விளக்கப்பட்டுள்ள கையேடு!

தமிழ்ப்பிரியன் எம்.ஏ.,

'இரு நூற்றாண்டுகளும் 50 தமிழறிஞர்களும்' நூலாசிரியர்

நற்பவி பிரசுரம்

57-B, பசுல்லா சாலை,
தியாகராய நகர், சென்னை - 600 017.
தொலைபேசி: 24336313 தொலைநகல் : 2433 6312
செல்லிடபேசிகள்: 98402 26661, 98409 32566, 99400 45044

எது பயனுள்ள செலவு?

இன்றைக்கு ஒரு திரைப்படம் பார்ப்பதற்கு ரூ.100/- செலவாகிறது. ஒருவேளை சாப்பாடு விலை ரூ.80 ஆகிறது. ஒரு காபியின் விலை ரூ.20/- இப்படி எல்லாவற்றிற்குமான விலை (நமக்கு பயன் தருகிறதோ, இல்லையோ) அதிகமாகவே இருக்கிற நிலையில் நமக்கு நிரந்தரமான பயன்தரும், வளமான வாழ்வுக்கு வழிகாட்டும் நூல்களின் விலை குறைவாகத்தான் உள்ளது.

100 ரூபாய் கொடுத்து வாங்கிய புத்தகம் உங்களுடன் எப்போதுமிருந்து நீங்கள் நினைத்த போதெல்லாம் தெளிவு தரும்.

யோசியுங்கள், நல்ல நூல்களுக்காக நாம் போதுமான அளவு தொகை ஒதுக்குகிறோமா?

எங்களது இமெயில் முகவரி: sales@narmadhapathipagam.com
எங்களது இணைய தளம் : www.narmadhapathipagam.com

Pages : 208
Price : Rs.110.00

❏ Anaivarukkum Payan Tharum Adippadai Thamizh Ilakkanam - A treatise and guide to learn Tamil Grammar by R.Thamizhpriyan ❏ This Edition : Sep 2022 ❏ Published by R.Janarthanam, Narbhavi Prasuram, Chennai - 600 017 ❏ D.T.P. Execution at : M/s. Star Graphics, Chennai - 15 ❏ Printed at: M/s. Sekar Offset, Chennai - 600 005 ❏

உட்பொதிவு

1. எழுத்திலக்கணம் — 5
2. சொல் இலக்கணம் — 28
3. பொருள் இலக்கணம் — 74
4. யாப்பிலக்கணம் — 80
5. அணி இலக்கணம் — 87
6. வாக்கிய மாற்றங்கள் — 96
7. அலகிட்டு வாய்பாடு கூறுதல் — 123
8. இலக்கணக்குறிப்புகள் கண்டறியும் முறைகள் — 129
9. பகுபத உறுப்பிலக்கணம் எழுதும் முறைகள் — 139
10. செய்யுள் பொருளுணர் திறன் — 149
11. பிறமொழிச் சொற்களுக்கு ஏற்ற தமிழ்ச் சொற்கள் எழுதும் முறைகள் — 152
12. மரபுப் பிழைகளைத் திருத்தி எழுதுதல் — 158
13. வழுஉச் சொற்களைத் திருத்தி எழுதுதல் — 161
14. சொற்றொடர்களை வாக்கியத்தில் அமைத்து எழுதுதல் — 164
15. மரபுத்தொடர்களை வாக்கியத்தில் அமைத்தல் — 166
16. உவமைகளை வாக்கியத்தில் அமைத்தல் — 168
17. பொருத்தமான நிறுத்தற்குறிகள் அமைத்தல் — 170

18.	தொகைச் சொற்களை விரித்தெழுதுதல்	174
19.	பல பொருள் குறித்த ஒரு சொல்	176
20.	ஒரு பொருள் குறித்த பல சொற்கள்	177
21.	சொற்பொருள் வேறுபாடு அறிதல்	178
22.	ஆங்கிலப் பழமொழிகளும் அவற்றுக்கு இணையான தமிழ்ப் பழமொழிகளும்	181
23.	இலக்கிய நயம் பாராட்டல்	187
24.	நடைமுறையில் பயன்படுத்தப்படும் பிழையான வாக்கியங்களும், அவற்றிற்கு இணையான சரியான வாக்கியங்களும்	193
25.	மரபுச் சொற்களும் தொடர்களும் (IDIOMS AND PHRASES)	200
26.	சொல்லும் பொருளும்	203

அனைவருக்கும் பயன் தரும் அடிப்படைத் தமிழ் இலக்கணம்

1. எழுத்திலக்கணம்

இலக்கணம் : மொழியே மக்களுக்கு விழி. அம்மொழியைப் பிழையில்லாமல் பேசவும், எழுதவும், படிக்கவும் பயன்படுவது இலக்கணம் ஆகும்.

எழுத்து : எழுதப்படுவது எழுத்து ஆகும். ஒலி அணுக்களின் தொகுதி எழுத்து எனப்படும்.

எழுத்தின் வகைகள் : எழுத்து இரண்டு வகைப்படும். அவை: 1. ஒலி வடிவ எழுத்து. 2. வரி வடிவ எழுத்து.

1. ஒலி வடிவ எழுத்து : வாய் வழியாக உச்சரிக்கப் படும் எழுத்து ஒலி வடிவ எழுத்து எனப்படும்.

2. வரி வடிவ எழுத்து : கண்ணுக்குத் தெரியும்படி எழுதப்படுவது வரி வடிவ எழுத்து எனப்படும்.

உயிர் எழுத்துக்கள் : தமிழ்மொழிக்கு உயிர் போல விளங்கும் எழுத்துகள் உயிர் எழுத்துகள் எனப்படும். 'அ' முதல் 'ஔ'வரையுள்ள பன்னிரெண்டு எழுத்துகளும் உயிரெழுத்துகள் ஆகும்.

மெய் எழுத்துகள் : தமிழ் மொழிக்கு உடல் (மெய்) போல விளங்கும் எழுத்துகள் மெய் எழுத்துகள் எனப்படும். இவை உயிர் எழுத்துகளை ஒட்டி வருவதால்

ஒற்றெழுத்துகள் என்றும் அழைக்கப்படும். 'க்' முதல் 'ன்' வரையுள்ள பதினெட்டு எழுத்துகளும் மெய்யெழுத்துகள் ஆகும்.

ஆய்த எழுத்து : கேடயம் என்னும் போர்க்கருவியில் அமைந்த மூன்று ஆணிகளைப் போலத் (ஃ) திகழ்வதால் இது ஆய்த எழுத்து எனப் பெயர் பெற்றது. இதனைத் தனிநிலை என்றும் கூறுவார்கள்.

உயிர் மெய் எழுத்துகள் : உயிரும், மெய்யும் சேர்ந்து பிறக்கும் எழுத்துகள் உயிர்மெய் எழுத்துகள் எனப்படும். பன்னிரெண்டு உயிர் எழுத்துகளுடன், பதினெட்டு மெய்யெழுத்துகளும் சேர்ந்து (12x18=216 இருநூற்றுப் பதினாறு உயிர் மெய் எழுத்துகள் உண்டாகும்.

தமிழில் உள்ள மொத்த எழுத்துகள் :

உயிர் எழுத்துகள்	=	*12*
மெய் எழுத்துகள்	=	*18*
உயிர் மெய் எழுத்துகள்	=	*216*
ஆய்த எழுத்து	=	*1*
மொத்த எழுத்துகள்	=	*247*

குறில் : குறுகிய (குறைந்த) ஓசை உடையவை குறில் எனப்படும்.

உயிர்க்குறில் : உயிரெழுத்துகளில் உள்ள அ, இ, உ, எ, ஒ என்னும் ஐந்து எழுத்துகளும் குறுகி ஒலிப்பதால் இவை உயிர்க்குறில் எனப்படும்.

உயிர்மெய்க்குறில் : உயிர் மெய் எழுத்துகளில் உள்ள க, ங, ச, ஞ, ட, ண இவை போன்றவை உயிர் மெய்க்குறில் எனப்படும். தமிழில் மொத்தம் 90 எழுத்துகள் உயிர்மெய்க் குறில்களாகும்.

உயிர் நெடில் : உயிரெழுத்துகளில் உள்ள ஆ, ஈ, ஊ, ஏ, ஐ, ஓ, ஔ - என்னும் ஏழு எழுத்துகளும் நீண்டு ஒலிப்ப தால் இவை உயிர் நெடில் எனப்படும்.

உயிர்மெய் நெடில் : உயிர்மெய் எழுத்துகளில் உள்ள கா, ஙா, சா, ஞா, டா, ணா - இவை போன்றவை உயிர்மெய் நெடில் எனப்படும். தமிழில் மொத்தம் 126 எழுத்துகள் உயிர்மெய் நெடில்களாகும்.

வல்லின எழுத்துகள் : வன்மையான (கடினமான) ஓசையுடைய எழுத்துகள் 'வல்லினம்' எனப்படும். க், ச், ட், த், ப், ற் - என்னும் ஆறும் வல்லினமாகும்.

மெல்லின எழுத்துகள் : மென்மையான (மெலிதான) ஓசையுடைய எழுத்துகள் 'மெல்லினம்' எனப்படும். ங், ஞ், ண், ந், ம், ன் - என்னும் ஆறும் மெல்லினமாகும்.

இடையின எழுத்துகள் : வல்லினத்திற்கும், மெல்லினத் திற்கும் இடைப்பட்ட ஓசையை உடைய மெய் எழுத்துகள் 'இடையினம்' எனப்படும். ய், ர், ல், வ், ழ், ள் - என்னும் ஆறும் இடையினமாகும்.

மாத்திரை : எழுத்துகளை ஒலிப்பதற்கு ஆகும் கால அளவு மாத்திரை எனப்படும். இயல்பாக கைநொடிக்கும் நேரம், கண்ணிமைக்கும் நேரம் ஒரு மாத்திரை ஆகும்.

குறில் - 1 மாத்திரை (உயிர்க்குறில், உயிர்மெய்க்குறில்)

நெடில் - 2 மாத்திரை (உயிர் நெடில், உயிர் மெய் நெடில்)

மெய்யெழுத்து - $^{1}/_{2}$ மாத்திரை

ஆய்த எழுத்து - $^{1}/_{2}$ மாத்திரை

மாத்திரை கண்டுபிடிக்கும் முறை :

'நர்மதா பதிப்பகம்' - இச்சொல்லுக்கு மாத்திரை கண்டு பிடிக்கலாம்.

ந + ர் + ம + தா + ப + தி + ப் + ப + க + ம்

$1 + {}^1\!/_2 + 1 + 2 + 1 + 1 + {}^1\!/_2 + 1 + 1 + {}^1\!/_2 = 9\,{}^1\!/_2$ மாத்திரை

ஆக 'நர்மதா பதிப்பகம்' - என்னும் தொடருக்கு $9\,{}^1\!/_2$ மாத்திரை ஆகும்.

சுட்டெழுத்துகள்: ஒன்றைச் சுட்டிக்காட்டும் பொருளில் வரும் எழுத்துகள் சுட்டெழுத்துகள் எனப்படும். அ, இ, உ - இவை மூன்றும் ஒரு பொருளைச் சுட்டிக் காட்டப் பயன் படும். எனவே, இவை சுட்டெழுத்துகள் எனப்படும்.

எ-கா: அவன், இவன், உவன், அது, இது, உது, அங்கே, இங்கே, உங்கே என்பன.

'உ' என்னும் சுட்டெழுத்து இரண்டு பொருள்களுக்கு நடுவே உள்ளதைச் சுட்டிக் காட்டும். ஆனால் இது தற்பொழுது வழக்கத்தில் இல்லை.

அகச்சுட்டு : அ, இ என்னும் சுட்டெழுத்துகள் சொல்லின் உள்ளே நின்று பொருளைச் சுட்டினால் அது அகச்சுட்டு எனப்படும்.

எ-கா: அவன், இவன்.

புறச்சுட்டு : அ, இ என்னும் சுட்டெழுத்துகள் சொல்லின் வெளியே நின்று பொருளைச் சுட்டினால் அது புறச்சுட்டு எனப்படும்.

எ-கா. இப்பையன், இப்பெண்.

சுட்டுத்திரிபு : அ, இ என்னும் சுட்டெழுத்துகள் அந்த, இந்த எனத்திரிந்து சுட்டுப் பொருளை உணர்த்தினால் அது சுட்டுத்திரிபு எனப்படும்.

எ-கா: அந்த வீடு, இந்தக் குதிரை.

(திரிபு - திரிந்து)

வினா எழுத்துகள் : எ, யா, ஆ, ஓ, ஏ - என்னும் ஐந்து எழுத்துகளும் கேள்வி (வினா) கேட்கும் பொருளில் வரும். எனவே இவை 5 எழுத்துகளும் வினா எழுத்துகள் ஆகும்.

எ-கா:

1. எம்மக்கள்?
2. யார் இந்தப் பையன்?
3. நேற்று வந்தவன் அவனா?
4. கந்தனோ?
5. ஏதடா இந்த தங்கச் சங்கிலி? - என்பன.

மெய்ம்மயக்கம் – வகைகள் : மெய்ம்மயக்கம் இரண்டு வகைப்படும். அவை 1. உடனிலை மெய்ம்மயக்கம். 2. வேற்றுநிலை மெய்ம்மயக்கம் என்பனவாகும்.

1. உடனிலை மெய்ம்மயக்கம் : ஒரு மெய்யெழுத்துடன் அதே மெய்யெழுத்து உயிரெழுத்துடன் சேர்ந்து வந்தால் இது உடனிலை மெய்ம்மயக்கம் எனப்படும்.

எ-கா: பொன்னன், பத்து - இச்சொற்களில் ன், த் ஆகிய மெய்யெழுத்துகளை அடுத்து அதே மெய் யெழுத்துகள் உயிரெழுத்துடன் சேர்ந்து வந்திருப் பதைக் காணவும். (ன) (து) இந்த இரண்டு எழுத்துகளைப் பிரித்தால் அது புரியும்.

க், ச், த், ப் - இந்நான்கு மெய்யெழுத்துகளும் அதே மெய்யெழுத்துகளுடன் மட்டும் சேர்ந்து வரும்.

2. வேற்றுநிலை மெய்ம்மயக்கம் : ஒரு மெய்யெழுத்துடன் வேறு மெய்யெழுத்து சேர்ந்து வருவது வேற்றுநிலை மெய்ம்மயக்கம் எனப்படும்.

எ-கா: நிற்க - நிற்(க்+அ)க, நுங்கு நுங் (க்+உ) கு

இச்சொற்களில் ற், ங் ஆகியவற்றை அடுத்து அதே மெய்யெழுத்துகள் வராமல் வேறு மெய்யெழுத்துகள் வந்தமையால் இவை வேற்றுநிலை மெய்ம்மயக்கம் எனப்படும்.

1. முதலெழுத்துகள் : மொழிக்கு முதலில் வரும் எழுத்துகள் முதல் எழுத்துகள் எனப்பட்டன. இவையின்றி மொழி இல்லை என்பதனால் இவை முதல் எழுத்துகள் எனவும் வழங்கப்படுகின்றன. உயிர் எழுத்துகள் பன்னிரண்டும் (அ முதல் ஔ வரை) மெய் எழுத்துகள் பதினெட்டும் (க் முதல் ன் வரை) ஆக மொத்தம் முப்பது எழுத்துகள் முதல் எழுத்துகளாக வரும்.

சார்பெழுத்துகள் : முதல் எழுத்துகளைச் சார்ந்து வரும் எழுத்துகள் சார்பெழுத்துகள் எனப்படும்.

சார்பெழுத்து - வகைகள் : சார்பெழுத்துகள் பத்து வகைப்படும். அவை :

1. உயிர்மெய் 2. ஆய்தம் 3. உயிரளபெடை 4. ஒற்றளபெடை 5. குற்றியலிகரம் 6. குற்றியலுகரம் 7. ஐகாரக்குறுக்கம் 8. ஔகாரக்குறுக்கம் 9. மகரக்குறுக்கம் 10. ஆய்தக் குறுக்கம் என்பனவாகும்.

எழுத்துகளின் பிறப்பு (முதலெழுத்துகள்) :

1. உயிர் எழுத்துகள் பன்னிரெண்டும், மெய்யெழுத்துகளில் இடையின எழுத்துகள் ஆறும் கழுத்திலிருந்து பிறக்கின்றன.

2. மெல்லின எழுத்துகள் ஆறும் மூக்கிலிருந்து பிறக்கின்றன.

3. வல்லின எழுத்துகள் ஆறும் மார்பினின்று பிறக்கின்றன.

அளபெடை: அளபு + எடை = 'அளபெடை' ஆகும். 'அளபு' என்பதற்கு 'மாத்திரை' என்று பெயர். மாத்திரை நீண்டு வருவதே அளபெடை எனப்படும்.

அளபெடை - வகைகள்: அளபெடை இரண்டு வகைப்படும். அவையாவன: 1. உயிரளபெடை, 2. ஒற்றளபெடை என்பனவாகும்.

உயிரளபெடை : செய்யுளில் ஓசை குறையும் பொழுது உயிரெழுத்துகளிலுள்ள நெட்டெழுத்துகள் நீண்டு ஒலிக்கும். அது உயிரளபெடை எனப்படும்.

உயிரளபெடையின் வகைகள் : உயிரளபெடை மூன்று வகைப்படும். அவையாவன: 1. இன்னிசையளபெடை 2. செய்யுளிசையளபெடை 3. சொல்லிசையளபெடை என்பனவாகும். செய்யுளிசையளபெடையை இசை நிறையளபெடை என்றும் கூறுவர்.

1. இன்னிசையளபெடை : செய்யுளில் ஓசை குறையாத போதும் இனிய இசையைத் தருவதற்காக குறில் நெடிலாக மாறி அளபெடுப்பது (நீண்டு ஒலிப்பது) இன்னிசை அளபெடை எனப்படும்.

எ-கா: ''கெடுப்பதூஉம் கெட்டார்க்குச் சார்வாய் மற் றாங்கே எடுப்பதூஉம் எல்லாம் மழை'' - இக்குறட்பாவில் கெடுப்பதும், எடுப்பதும் என இயல்பாக இருந்தாலும் இலக்கணப் பிழை எதுவும் நேர்ந்து விடாது. ஆனால் செவிக்கு (காதிற்கு) இனிய ஓசை கிடைக்காமல் போய் விடும். இக்குறையைப் போக்கவே 'து' என்னும் குறில் 'தூ' என நெடிலாக அளபெடுத்தது. இவ் வாறு வருவது இன்னிசையளபெடை எனப்படும்.

2. செய்யுளிசையளபெடை : செய்யுளில் இலக்கணம் சிதையும்போது இயல்பாக இருக்கின்ற நெட்டெழுத்து தனக்குப் பக்கத்தில் தன்னுடைய இனக்குறியைப் பெற்று இரண்டு மாத்திரையிலிருந்து மூன்று மாத்திரை அளவாய் ஒலிக்கும். இது செய்யுளிசையளபெடை எனப்படும்.

எ-கா: ஓ ஓதல் வேண்டும். இவ்வெடுத்துக்காட்டில் 'ஓதல்' என்னும் சொல் 'ஓஒதல்' என வந்துள்ளது. 'ஓதல்' என்று வந்தால் செய்யுளில் ஓசை குறையும். எனவே, அவ்வோசையை நிறைவு செய்ய 'ஒ' என்னும் குறில் பக்கத்தில் எழுதப்பட்டது. இவ் வாறு வருவது செய்யுளிசையளபெடை எனப் படும்.

3. சொல்லிசையளபெடை : செய்யுளில் ஓசை குறையாத போதும் பெயர்ப்பொருளை, வினையெச்சப் பொருளாக மாற்றுவதற்காக சொற்கள் அளபெடுத்து வருவது சொல்லிசையளபெடை எனப்படும்.

எ-கா: ''உரனசைஇ யுள்ளந் துணையாகச் சென்றார் வரனசைஇ யின்னும் உளேன்'' - இக்குறளில்

'நசை' என்னும் பெயர்ச்சொல் 'விருப்பம்' என்று பொருள் தருகிறது. அளபெடுத்தபின் 'நசைஇ' என்னும் சொல் 'விரும்பி' என்னும் வினை யெச்சப்பொருள் தருகிறது. இவ்வாறு வருவது சொல்லிசையளபெடை எனப்படும்.

ஒற்றளபெடை : செய்யுளில் ஓசை குறையும்பொழுது இயல்பாய் அமைந்த ஒற்றெழுத்து (மெய்யெழுத்து) அளபெடுத்து, அதே ஒற்றெழுத்தை அருகில் பெற்று, அரை மாத்திரையிலிருந்து மிகுந்து (அதிகரித்து) ஒரு மாத்திரையாய் ஒலிப்பது ஒற்றளபெடை எனப்படும்.

ஒற்றளபெடையில் ங் ஞ் ண் ந் ம் ண் என்ற மெல்லின மெய் ஆறும், வ் ய் ல் ள் என்ற இடையினை மெய் நான்கும், (ஃ) ஒன்றும் ஆகப் பதினோரு எழுத்துகளும் அளபெடுக்கும் என்று அறிக.

எ-கா: 'எங்ங் கிறைவனுளன்' - இச்சொல்லில் 'எங் கிறைவன்' என்று வரும்போது ஓசை குறைகிறது. அளபெடுத்தபின் 'எங்ங்கிறைவனுளன்' என ஓசை நிறைந்து வந்துள்ளது. 'ங்' என்னும் மெய் யெழுத்துக்குப் பக்கத்திலேயே வேறொரு 'ங்' என்னும் மெய்யெழுத்து வந்துள்ளதைக் காண்க. இவ்வாறு வருவது ஒற்றளபெடை எனப்படும்.

குற்றியலுகரம்: குறுமை + இயல் + உகரம் = குற்றியலுகரம். குறுகி (குறைந்து) ஒலிக்கும் 'உ' என்னும் எழுத்து என்பது பொருள். தனிக்குற்றெழுத்து அல்லாத மற்ற எழுத்துகளுக்குப் பின், சொல்லுக்கு இறுதியில் (கடைசியில்) வல்லின மெய்யின் மேல் ஊர்ந்து வரும் உகரம் குற்றியலுகரம் எனப்படும்.

எ-கா: அரசு. இவ்வெடுத்துக்காட்டின் இறுதி உயிர்மெய் எழுத்தாகிய 'கு' என்னும் எழுத்துப் பிரித்தால் (க்+உ = கு) அதில் 'உ' என்னும் எழுத்தை இருப்பதை அறியலாம். அதுதான் குற்றியலுகரம் ஆகும்.

குற்றியலுகரம் – வகைகள் : குற்றியலுகரம் ஆறு வகைப்படும். அவை: 1. நெடில் தொடர் க் குற்றியலுகரம், 2. உயிர்த்தொடர்க் குற்றியலுகம், 3. வன்தொடர்க் குற்றியலுகரம், 4. மென்தொடர்க் குற்றியலுகரம், 5. இடைத்தொடர்க் குற்றியலுகரம், 6. ஆய்தத்தொடர்க் குற்றியலுகரம் என்பனவாகும்.

1. நெடில் தொடர்க் குற்றியலுகரம் : நெடில் எழுத்துகளுக்குப் பக்கத்தில் குற்றியலுகரம் வந்தால் அது நெடில் தொடர்க் குற்றியலுகரம் எனப்படும்.

எ-கா: நாகு. இச்சொல்லில் 'நா' என்பது நெடில் எழுத்து. அதற்குப் பக்கத்தில் உள்ள 'கு' என்பது குற்றியலுகரம் ஆகும்.

மேலும் சில எடுத்துக்காட்டுகளைக் கீழே காண்க. காசு, சூது, ஏறு, நாடு, பாபு போன்றவை.

2. உயிர்த்தொடர்க் குற்றியலுகரம் : குற்றியலுகரத்திற்கு முன்னால் உள்ள சொல்லில் உயிர் எழுத்து இருந்தால் அது உயிர்த்தொடர்க் குற்றியலுகரம் எனப்படும். எ-கா: மரபு. இச்சொல்லின் கடைசி எழுத்து 'பு' என்பதாகும். இதனைப் பிரித்தால் (ப்+உ=பு) என வரும். எனவே இது குற்றியலுகரம் ஆகும். இந்த 'பு' என்னும் எழுத்துக்கு முன்னால் உள்ள எழுத்து 'ர' என்பதாகும். இதனைப் பிரித்தால் (ர்+அ=ர) என்று ஆகும். இதில் 'அ' என்பது உயிரெழுத்தாகும். அதனைத் தொடர்ந்து குற்றியலுகரம்

(பு) வந்திருப்பதால் இது உயிர்த்தொடர்க் குற்றியலுகரம் ஆகும். மேலும் சில எடுத்துக்காட்டுகளைக் கீழே காண்க: தரகு, வருடு, கயிறு, எனது, பரிசு - போன்றவை.

3. வன்தொடர்க் குற்றியலுகரம் : குற்றியலுகரத்திற்கு முன்னால் க, ச, ட, த, ப, ற என்னும் ஆறு எழுத்துகளும் புள்ளி பெற்று (க், ச், ட், த், ப், ற்) வந்தால் அது வன்தொடர்க் குற்றியலுகரம் எனப்படும்.

எ-கா: சுக்கு, கச்சு, தட்டு, பத்து, அப்பு, சுற்று என்பவையாகும். சொற்கள் வல்லின மெய் யெழுத்துகளாகும். இவற்றுக்குப் பக்கத்தில் குற்றியலுகர எழுத்துகள் (கு, சு, டு, து, பு, று) வந்திருப்பதைக் காண்க. இவ்வாறு வருவது வன்தொடர்க் குற்றியலுகரமாகும்.

4. மென்தொடர்க் குற்றியலுகரம் : குற்றியலுகரத்திற்கு முன்னால் ங, ஞ, ண, ந, ம, ன - என்னும் ஆறு எழுத்துகளும் புள்ளி பெற்று (ங், ஞ், ண், ந், ம், ன்) வந்தால் அது மென்தொடர்க் குற்றியலுகரம் எனப்படும்.

எ-கா: நுங்கு, பஞ்சு, நண்டு, பந்து, பாம்பு, அன்று - என்பவையாகும். சொற்களில் உள்ளவை மெல் லின மெய் யெழுத்துகளாகும். இவற்றுக்குப் பக்கத் தில் குற்றியலுகர எழுத்துகள் (கு, சு, டு, து, பு, று) வந்திருப்பதைக் காண்க. இவ்வாறு வருவது மென்தொடர்க் குற்றியலுகரம் எனப்படும்.

5. இடைத்தொடர்க் குற்றியலுகரம் : குற்றியலுகரத்திற்கு முன்னால் ய, ர, ல, ழ, ள என்னும் ஐந்து எழுத்துகள் புள்ளி பெற்று (ய், ர், ல், ழ், ள்) வந்தால் அது இடைத்தொடர்க் குற்றியலுகரம் எனப்படும்.

எ-கா: செய்து, சார்பு, சால்பு, மூழ்கு, தெள்கு என்பவை யாகும். இச்சொற்களில் உள்ளவை இடையின மெய் யெழுத்துகளாகும். இவை குற்றியலுகரச் சொற்களுக்கு முன்னால் வருவது இடைத்தொடர்க் குற்றியலுகரம் ஆகும். (குறிப்பு: இடைத்தொடரில் 'வ்' என்னும் எழுத்து மட்டும் குற்றியலுகரமாக வராது.)

6. ஆய்தத் தொடர்க் குற்றியலுகரம் : குற்றியலுகரத்திற்கு முன் ஆய்தம் இடம் பெற்றால் அது ஆய்தத் தொடர்க் குற்றியலுக்ரம் எனப்படும். எ-கா: அஃது, இஃது, எஃகு போன்றவை.

குற்றியலிகரம் : குறுமை + இயல் + இகரம் = குற்றிய லிகரம். குறுகி ஒலிக்கின்ற 'இ' என்னும் எழுத்து என்பது பொருள்.

உயிர் எழுத்துகளில் 'இ' என்னும் எழுத்து தனக்குரிய ஒரு மாத்திரையிலிருந்து குறைந்து ஒலிக்கும்போது குற்றியலிகரம் எனப்படுகிறது.

எ-கா: நாடு + யாது = நாடியாது; சுக்கு + யாது = சுக்கியாது;

மார்பு+ யாது = மார்பியாது; வரகு + யாது = வரகியாது. இவ்வெடுத்துக் காட்டுகளில் நிலைமொழியின் இறுதியில் உள்ள உகரம், (நாடு, சுக்கு, மார்பு, வரகு) வருமொழியில் 'ய' கரம் வந்து சேரும்போது 'இ'கரமாகத் திரிந்து தனக்குரிய ஒரு மாத்திரையிலிருந்து குறைந்து அரைமாத் திரையாய் ஒலிக்கும். இவ்வாறு வருவது குற்றியலிகரம் ஆகும். மேலும், 'மியா' என்னும் அசைச் சொல்லில் உள்ள இகரமும் குறைந்து ஒலிக்கும்.

எ-கா: கேள் + மியா = கேண்மியா
செல்+மியா= சென்மியா

('கேன்மியா' என்னும் சொல்லுக்குக் 'கேளுங்கள்' என்றும், சென்மியா என்னும் சொல்லுக்கு 'செல்லுங்கள்' என்றும் பொருள்.)

ஐகாரக்குறுக்கம் : உயிர் எழுத்துகளில் ஒன்றான 'ஐ' என்னும் எழுத்து தன்னைக் குறிக்கும்போது (தனித்து ஒலிக்கும்போது) இரண்டு மாத்திரையாகவும், மற்ற எழுத்துகளுடன் சேர்ந்து ஒலிக்கும்போது தனக்குரிய இரண்டு மாத்திரையிலிருந்து குறைந்து ஒரு மாத்திரை யாகவும் ஒலிக்கும். இதற்கு ஐகாரக்குறுக்கம் என்று பெயர்.

எ-கா: 1. ஐந்து 2. வளையல் 3. வலை.

(குறிப்பு: இது மொழி முதல், இடை, இறுதி என்ற மூன்று இடங்களில் குறுகி ஒலிக்கும். ஐகாரக் குறுக்கத் திற்கு மாத்திரை ஒன்று.)

ஔகாரக்குறுக்கம் : உயிர் எழுத்துகளில் ஒன்றான 'ஔ' என்னும் எழுத்து தன்னைக்குறிக்கும்போதும், அள பெடுக்கும்போதும் (நீண்டு ஒலிக்கும் போதும்) மாத்திரை யில் குறையாது. சொல்லின் முதலில் வரும்போது மட்டும் தன்னுடைய மாத்திரையில் குறைந்து ஒலிக்கும்.

இவ்வாறு இரண்டு மாத்திரையிலிருந்து குறைந்து ஒரு மாத்திரையாக ஒலிக்கும்போது ஔகாரக் குறுக்கம் எனப்படும்.

எ-கா: ஔவையார், கௌதாரி

குறிப்பு : ('ஔ' மொழியின் முதலில் மட்டுமே வரும்.)

மகரக்குறுக்கம் : 'ம்' என்னும் மெய்யெழுத்து தனக்குரிய அரை மாத்திரையிலிருந்து குறுகி (குறைந்து) கால் மாத்திரையாய் ஒலிப்பது மகரக்குறுக்கம் எனப்படும்.

(குறிப்பு: 'ம' என்னும் எழுத்து 'மகரம்' எனப்படுகிறது.)

எ-கா: மருளும், போலும், கேளும், செல்லும் என்னும் சொற்கள் செய்யுளில் வரும்போது முறையே மருண்ம், போன்ம், கேண்ம், சென்ம் என்று குறுகி ஒலிக்கும்.

ஆய்தக்குறுக்கம்: ஆய்த எழுத்து (ஃ) தனக்குரிய அரை மாத்திரையிலிருந்து குறுகி கால் மாத்திரை அளவாய் ஒலிப்பது ஆய்தக்குறுக்கம் எனப்படும்.

எ-கா: முள் + தீது = முஃடீது; அல்+திணை= அஃறிணை.

திணை : 'திணை' என்னும் சொல்லுக்கு 'ஒழுக்கம்' என்று பொருள். ஒழுக்கம் கருதி இவ்வுலகத்தில் உள்ள உயிர்களை உயர்திணை, அஃறிணை என இரண்டு பிரிவுகளாகப் பிரிக்கலாம்.

உயர்திணை : உயிருள்ளவற்றில் உயர்ந்த ஒழுக்கங்களைக் கொண்டும், ஆறறிவு பெற்றுள்ளவைகளை உயர்திணை என்று கூறுவர்.

எ-கா: மனிதன், நரகர், தேவர்.

அஃறிணை : அல் + திணை = அஃறிணை. ஒழுக்கம் இல்லாத உயிர்களை அஃறிணை என்பர். எ-கா: ஆடு,

மாடு, எருமை உயிரற்றவையாகிய கல், மண், வானம் போன்றவையும் அஃறிணை என்றே அழைக்கப்பெறும்.

இடுகுறிப்பெயர்: ஒரு பொருளுக்கு எந்தக் காரணமும் இல்லாமல் பெயர் வைக்கப்பெற்றிருந்தால் அது இடுகுறிப் பெயர் எனப்படும்.

எ-கா: மண். இதற்கு 'மண்' என்று பெயர் ஏற்பட்ட தற்கு எந்த ஒரு காரணமும் இல்லை. எனவே, இது இடுகுறிப் பெயராகும்.

காரணப்பெயர்: ஒரு பொருளுக்கு ஏதேனும் ஒரு காரணம் கருதி பெயர் வைக்கப் பெற்றிருந்தால் அது காரணப் பெயர் எனப்படும்.

எ-கா: 1. நாற்காலி, 2. பறவை, 3. காற்று.

விளக்கம்: 1. நாற்காலி - நான்கு கால்களை உடையதால் நாற்காலி எனப் பெயர் பெற்றது.

2. பறவை - பறக்கின்ற காரணத்தால் பறவை எனப் பெயர் பெற்றது.

3. காற்று - கால் இல்லாமல் அனைத்தையும் கடந்து செல்வதால் காற்று எனப் பெயர் பெற்றது. எனவே இவை மூன்றும் காரணப் பெயர்களாகும்.

பால்: 'பால்' என்ற சொல்லுக்குப் பிரிவு என்று பெயர். தமிழில் ஐவகைப் பால்கள் உண்டு. அவை:

1. ஆண்பால் 2. பெண்பால் 3. பலர்பால் 4. பலவின்பால் 5. ஒன்றன்பால் என்பவையாகும்.

1. ஆண்பால்: ஆணைக் குறிக்கும் பால் ஆண் பால் ஆகும்.

எ-கா: மனிதன்.

2. **பெண்பால்** : பெண்ணைக் குறிக்கும் பால் பெண்பால் ஆகும்.

எ-கா : வள்ளி

3. **பலர்பால்** : பலரைக்குறிக்கும் பால் பலர்பால் எனப்படும்.

எ-கா : அவர்கள்.

4. **பலவின்பால்** : அஃறிணை உயிர்களில் பலவற்றைக் குறிக்கும் பால் பலவின்பால் எனப்படும்.

எ-கா : மாடுகள்.

5. **ஒன்றன்பால்** : அஃறிணை உயிர்களில் ஏதாவது ஒன்றினைக் குறிக்கும் பால் ஒன்றன்பால் எனப்படும்.

எ-கா : ஆடு

எண் : 'எண்' என்பதற்கு எண்ணிக்கை என்று பொருள். எண் இருவகைப்படும். அவை 1. ஒருமை, 2. பன்மை.

1. **ஒருமை**: எண்ணிக்கையில் ஒன்றை மட்டும் குறிப்பது ஒருமை எனப்படும்.

எ-கா: கோழி.

2. **பன்மை** : எண்ணிக்கையில் ஒன்றுக்கு மேற்பட்டவைகளைக் குறிப்பது பன்மை எனப்படும்.

எ-கா : கோழிகள்.

ஒருமை பன்மைக்கு மேலும் சில எடுத்துக்காட்டுகள்:

ஒருமை	பன்மை
1. ஆடு	ஆடுகள்
2. மாடு	மாடுகள்
3. மனிதன்	மனிதர்கள்
4. கொக்கு	கொக்குகள் - இவை போலப் பிறவற்றையும் காண்க.

இடம் : சொற்கள் வழங்கும் முறை இடம் எனப்படும். அவை மூன்று வகைப்படும். இவையாவன: 1. தன்மை, 2. முன்னிலை, 3. படர்க்கை என்பனவாகும்.

1. **தன்மை** : பேசுபவன் தன்னை மட்டுமே குறித்தால் அது தன்மை எனப்படும்.

எ-கா: நான், நாங்கள்.

1. நான் ஊருக்குச் செல்கிறேன்.

2. நாங்கள் ஊருக்குச் செல்கிறோம்.

2. **முன்னிலை** : பேசுபவன் தன்னைக் குறிக்காமல் தனக்கு முன் நிற்பவர்களை மட்டுமே குறிப்பது முன்னிலை எனப்படும்.

எ-கா: நீ, நீங்கள்

1. நீ நாளைக்குப் பள்ளிக்கு வருவாயா?

2. நீங்கள் எந்த ஊரிலிருந்து வருகிறீர்கள்?

3. **படர்க்கை** : பேசுபவன் தன்னையும் குறிக்காமல், தனக்கு முன் நிற்பவர்களையும் குறிக்காமல் மற்றவர்களைக் (அயலாரை) குறிப்பது படர்க்கை எனப்படும்.

எ-கா: அவன், அவர்கள்

1. அவன் நாளை வருவானா?

2. அவர்கள் எங்கிருந்து வருகிறார்கள்? என்பன போன்றவை.

காலம் : ஒரு செயல் இந்தச் சமயத்தில் (நேரத்தில்) நடந்தது என்று குறிப்பது காலம் எனப்படும். தமிழில் மூன்று வகையான காலங்கள் உள்ளன. அவை. 1. நிகழ்காலம் 2. இறந்த காலம். 3. எதிர்காலம் என்பன வாகும். இறந்த காலத்தைக் 'கடந்த காலம்' என்றும், எதிர்காலத்தை 'வருங்காலம்' என்றும் கூறலாம்.

1. நிகழ்காலம் : செயல் நடந்து கொண்டிருப்பதைக் குறிப்பது நிகழ்காலம் ஆகும்.

எ-கா: அவன் சாப்பிட்டுக் கொண்டிருக்கிறான்.

2. இறந்த காலம் : செயல் நடந்து முடிந்ததைக் குறிப்பது இறந்த காலம் ஆகும்.

எ-கா: கண்ணன் ஊருக்குச் சென்று விட்டான்.

3. எதிர்காலம் : செயல் இனிமேல் நடக்கப் போவதைக் குறிப்பது எதிர்காலம் ஆகும்.

எ-கா: நாங்கள் நாளை ஊருக்குச் செல்வோம்.

ஒன்றொழி பொதுச்சொல்: ஆண்பால், பெண்பால் என இரண்டில் ஏதாவது ஒன்றினை ஒழித்து (நீக்கி) மற்றொன்றை உணர்த்துவது ஒன்றொழி பொதுச்சொல் எனப்படும்.

எ-கா: ஆயிரம் மக்கள் போருக்குச் சென்றனர். இவ்வெடுத்துக் காட்டில் 'போருக்குச் சென்றனர்' என்னும் குறிப்பால் பெண்களை ஒழித்து (நீக்கி)

ஆண்களை மட்டுமே குறித்தது. எனவே, இது ஒன்றொழி பொதுச்சொல் எனப்படும்.

வேற்றுமை : பெயர்ச் சொல்லின் பொருளை வேறுபடுத்துவது வேற்றுமை எனப்படும்.

எ-கா: 1. கண்ணன் தந்தான்.

2. கண்ணனுக்குத் தந்தான் - இவ்விரண்டு எடுத்துக் காட்டுகளும் வெவ்வேறானவை. 'கண்ணன் தந்தான்' - என்ற வாக்கியம் கண்ணன் ஏதோ ஒரு பொருளை மற்றவருக்குத் தந்தான் என்று பொருள்படுகிறது. 'கண்ணனுக்குத் தந்தான்' - என்ற வாக்கியம் கண்ணனுக்கு வேறு யாரோ ஒருவர் ஒரு பொருளைத் தந்தார் என்று பொருள்படுகிறது. 'கு' என்னும் உருபு இவ்விரு வாக்கியங்களையும் வேற்றுமைப்படுத்துகிறது.

இன எழுத்துகள் : எழுத்துகளுள், அவை தோன்றும் இடம், ஒலிக்கும் முயற்சி, ஒலிக்கும் கால அளவு ஆகியவற்றில் ஒற்றுமை காணப்படும். இவை இன எழுத்துகள் எனப்படும்.

'க' என்னும் எழுத்துக்கு 'ங' என்னும் எழுத்தும், 'ச' என்னும் எழுத்துக்கு 'ஞ' என்னும் எழுத்தும் - இவை போல வரும் எழுத்துகளும் ஒன்றுக்கு ஒன்று இன எழுத்துகளாகும்.

உயிரீறு : மொழியின் இறுதி எழுத்தாக (கடைசி) உயிர் அல்லது உயிர் மெய்யெழுத்து வந்தால் அது உயிரீறு எனப்படும்.

எ-கா: வண்டு - இதன் இறுதி எழுத்து 'டு'. இது உயிர்மெய் எழுத்து ஆகும். எனவே இது உயிரீறு எனப்படும்.

மெய்யீறு : மொழியின் இறுதி எழுத்து மெய்யெழுத்தாக வந்தால் அது மெய்யீறு எனப்படும்.

எ-கா: மண்

இச்சொல்லின் இறுதி எழுத்து 'ண்' என்பது. இது மெய்யெழுத்து ஆகும். என்வே, இது மெய்யீறு எனப்படும்.

புணர்ச்சி : நிலையாக இருக்கும் ஒரு சொல்லுடன் வேறொரு சொல் வந்து சேர்வது புணர்ச்சி எனப்படும்.

(புணர்ச்சி - சேர்க்கை)

புணர்ச்சி – வகைகள்: புணர்ச்சி இரு வகைப்படும். அவையாவன: 1. இயல்பு புணர்ச்சி 2. விகாரப் புணர்ச்சி என்பனவாகும்.

1. இயல்பு புணர்ச்சி : நிலைமொழியும், வருமொழியும் எவ்வித மாறுபாடும் இல்லாமல் சேர்வது (புணர்வது) இயல்பு புணர்ச்சி எனப்படும்.

எ-கா: மணி + பெரிது = மணி பெரிது.

விகாரப்புணர்ச்சி : நிலைமொழியும், வருமொழியும் சேரும்போது தோன்றல், திரிதல், கெடுதல் ஆகிய மாறுபாடுகளைஅடைவது விகாரப் புணர்ச்சி எனப்படும்.

எ-கா: 1. வாழை + கனி = வாழைக்கனி (தோன்றல்)
2. மண் + குடம் = மட்குடம் (திரிதல்)
3. மரம் + வேர் = மரவேர் (கெடுதல்)

அடைமொழி : ஒரு பொருளைச் சிறப்பிக்க வேறு ஒரு சொல் வரும். அச்சொல்லே அடைமொழி எனப்படும்.

எ-கா: செந்தாமரை. செம்மை + தாமரை. இதில் 'தாமரை' என்பது பூவைக் குறிக்கும். 'செம்மை' என்பது அதன் நிறத்தைச் சிறப்பிக்க வந்தது. இவ்வாறு தாமரையைச் சிறப்பிக்க செம்மை என்னும் சொல் வந்ததால் இஃது அடைமொழி எனப்படும்.

அடைமொழி - வகைகள் : அடைமொழி இருவகைப் படும். அவையாவன: 1. இனமுள்ள அடைமொழி. 2. இனமில்லா அடைமொழி என்பனவாகும்.

இனமுள்ள அடைமொழி : ஒரு பொருளுக்கு இனமான பிறவற்றை நீக்கிக் குறித்த பொருளைத் தரவரும் அடைமொழி இனமுள்ள அடைமொழி எனப்படும்.

எ-கா: தயிர்க்குடம்

குடங்களுள் பால்குடம், மோர்க்குடம், நெய்க்குடம் போன்றவை உள்ளன. அவற்றையெல்லாம் விலக்கித் தயிரை மட்டுமே குறிப்பதற்கு 'தயிர்க்குடம்' என வந்துள்ளது. எனவே, இது இனமுள்ள அடைமொழி யாகும்.

குறிப்பு: 'தயிர்' என்பதற்கு இனமான வேறு பொருட் கள் பால், மோர், நெய் போன்றவையாம்.

இனமில்லா அடைமொழி : தனக்கு இனமாக வேறு எதையுமே பெற்றிருக்காத அடைமொழி இனமில்லா அடைமொழி எனப்படும்.

எ- கா: வெள்ளை நிலா

இத்தொடரில் வெள்ளை (வெண்மை) என்னும் சொல் (நிறம், பண்பு) அடைமொழியாய் வந்துள்ளது. வெள்ளை நிலாவுக்கு இனமான கருப்பு நிலா என ஒன்று உலகில் இல்லை. அதனால் இது இனமில்லா அடை மொழி யாகும்.

செஞ்ஞாயிறு என்பதும் இது போன்றதே.

செம்மை + ஞாயிறு = செஞ்ஞாயிறு. ஞாயிறு என்றால் சூரியன்.

செஞ்ஞாயிறு என்றால் சிவப்பு சூரியன் என்று பொருள். சிவப்பு சூரியனுக்கு இனமான கருப்பு சூரியன் இவ்வுலகில் இல்லை. எனவே, செஞ்ஞாயிறு என்பது இனமில்லா அடைமொழியாகும்.

போலி: ஒரு சொல்லில் ஓர் எழுத்து நிற்க வேண்டிய இடத்தில் மற்றொரு எழுத்து வந்து நின்று, பொருள் மாறுபடாமல் இருந்தால் அது போலி எனப்படும்.

போலி - வகைகள். போலி மூன்று வகைப்படும். அவையாவன: 1. முதற்போலி, 2. இடைப்போலி, 3. கடைப்போலி என்பனவாகும்.

1. முதற்போலி : ஒரு சொல்லின் முதல் எழுத்து மாறி நின்று, பொருள் மாறாமல் இருந்தால் அது முதற்போலி எனப்படும். முதல் எழுத்து மாறி அமைவதால் இதற்கு இப்பெயர் ஏற்பட்டது.

எ-கா : மஞ்சு - மைஞ்சு - இவ்வெடுத்துக்காட்டில் 'மஞ்சு' என்னும் சொல்லின் முதல் எழுத்தான 'ம' என்பது 'மை' என்னும் எழுத்தாக மாறி 'மைஞ்சு' என்று மாறியுள்ளது. ஆனால், பொருள் மாறுபட

வில்லை. 'மஞ்சு' என்றாலும், 'மைஞ்சு' என்றாலும் 'மேகம்' என்றுதான் பொருள்படும்.

2. இடைப்போலி : ஒரு சொல்லின் இடையில் (நடுவில்) உள்ள எழுத்து மாறி நின்று, ஆனால் பொருள் மாறாமல் இருந்தால் அது இடைப்போலி எனப்படும்.

எ-கா: *அமச்சு - அமைச்சு* - இவ்வெடுத்துக்காட்டில் 'அமச்சு'என்னும் சொல்லின் இடை எழுத்தான 'ம' என்பது 'மை' என்னும் எழுத்தாக மாறி 'அமைச்சு'என்று மாறியுள்ளது. ஆனால் பொருள் மாறுபடவில்லை. 'அமச்சு' என்றாலும் 'அமைச்சு' என்றாலும் 'அமைச்சரவை' என்றுதான் பொருள் படும்.

3. கடைப்போலி : ஒரு சொல்லின் கடையில் (கடைசியில்) உள்ள எழுத்து மாறி நின்று, ஆனால் பொருள் மாறாமல் இருந்தால் அது கடைப்போலி எனப்படும்.

எ-கா: *மரம் -மரன்* - இவ்வெடுத்துக்காட்டில் 'மரம்' என்னும் சொல்லின் கடை எழுத்தான 'ம்'என்பது 'ன்' என்னும் எழுத்தாக மாறி 'மரன்' என்று மாறியுள்ளது. ஆனால் பொருள் மாறுபடவில்லை. 'மரம்' என்றாலும் 'மரன்' என்றாலும் தாவர வகையைத்தான் குறிக்கும்.

எழுத்துகளின் சிறப்பு வகைகள் : எழுத்துகள் இரண்டு வகைப்படும். அவை 1. முதலெழுத்துகள் 2. சார் பெழுத்துகள் என்பனவாகும்.

2. சொல் இலக்கணம்

சொல்: ஓர் எழுத்து தனித்து நின்றோ, இரண்டுக்கு மேற்பட்ட எழுத்துகள் தொடர்ந்து நின்றோ பொருள் தந்தால் அது சொல் எனப்படும். மொழி, பதம், கிளவி போன்றவை சொல்லைக் குறிக்கும் வேறு சொற்களாகும். சொல் நான்கு வகைப்படும். அவை:

1. பெயர்ச்சொல், 2. வினைச் சொல், 3. இடைச்சொல், 4. உரிச்சொல் என்பனவாகும்.

1. பெயர்ச்சொல் : ஒன்றின் பெயரைக் குறிக்கும் சொல் பெயர்ச்சொல் எனப்படும். எ-கா : ஆடு, வள்ளி என்பன.

வினைச்சொல்: ஒரு தொழில் அல்லது செயலைக் குறிக்கும் சொல் வினைச்சொல் எனப்படும்.

(வினை - செயல்)

எ-கா: ஆடுதல், பாடுதல், ஓடுதல், ஆடினான் போன்றவை.

3. இடைச்சொல் : பெயர்ச்சொற்களின் அகத்தும், வினைச் சொற்களின் அகத்தும், அவற்றின் முன்னும் பின்னும் வந்து பொருள் உணர்த்தும் சொற்கள் இடைச் சொற்கள் எனப்படும். வேற்றுமை உருபுகளாகிய ஐ, ஆல், கு, இன், அது, கண் ஆகியவையும் இவை போலப் பிறவும் இடைச் சொற்களாகும்.

4. உரிச்சொல் : பெயர்ச் சொற்களைப் போலவோ, வினைச்சொற்களைப் போலவோ தனித்து வந்து பொருள் உணர்த்தாமல் அவற்றைத் தொடர்ந்து வந்து அவற்றின் குணங்களை உணர்த்தி வரும் சொற்கள் உரிச்சொற்கள் எனப்படும்.

இவை பெரும்பாலும் செய்யுளில் பயின்று வரும்.

வழு: வாக்கியங்களில் திணை, பால், எண், இடம், வினா, விடை, மரபு இவை இலக்கணப் பிழையோடு அமைந்திருப்பது வழு எனப்படும்.

வழு - இலக்கணப்பிழை.

எ-கா: பொன்னன் சோறு உண்டாள்.

இவ்வெடுத்துக்காட்டில் 'பொன்னன்' என்பது ஆண்பால். உண்டாள் என்பது பெண்பால். இவ்வாறு வாக்கியம் அமையக்கூடாது. இவ்வாறு அமைந்தால் அது வழு எனப்படும்.

(வழு - குற்றம், பிழை)

வழாநிலை : வாக்கியங்கள் திணை, பால், எண், இடம், வினா, விடை, மரபு ஆகியவை இலக்கணக் குற்ற மில்லாமல் தொடர்ந்து அமைந்திருக்கும். இதற்கு வழாநிலை என்று பெயர்.

(வழாநிலை - இலக்கணக் குற்றமில்லாமல் இருத்தல்)

எ-கா: பொன்னன் சோறு உண்டான்.

வழுவமைதிகள் : வாக்கியங்களில் சில சமயம் திணை, பால், எண், இடம் காலம், மரபு ஆகியவற்றில் மாறு பட்டிருக்கும். ஆனால் உலக மக்கள் அவைகளைத் தொடர்ந்து பயன்படுத்துவதால் அவை பிழையாக இருந்தாலும் ஏற்றுக் கொள்ளப்படும். இவையே வழுவமைதிகள் எனப்படும்.

திணை வழுவமைதி : உயர்திணைச் சொல்லிற்கு அஃறிணைச் சொல்லும், அஃறிணைச் சொல்லிற்கு

உயர்திணைச் சொல்லும் வந்து முன்னோரால் அது சரியானது என ஏற்றுக் கொள்ளப்பட்டால் அது திணைவழுவமைதி எனப்படும்.

எ-கா: ஒரு பசுவைப் பார்த்து, 'என் அம்மை வந்தாள்' என்று கூறுவது திணை வழுவாகும். இருந்தாலும் அதை ஏற்றுக் கொள்வது திணை வழுவமைதியாகும்.

பால்வழுவமைதி : ஆண்பால், பெண்பால், பலர்பால், ஒன்றன்பால், பலவின்பால் என்னும் ஐவகைப் பால்களுள், ஒருபாற்சொல் மற்றொரு பாற்சொல்லைத் தழுவி மயங்கி வருவது பால் வழுவாகும். ஆனால், முன்னோர் இதனை அமைதியாக ஏற்றுக் கொண்டுள்ள தால் அது பால் வழுவமைதி எனப்படும்.

எ-கா: நேரு இந்தியாவின் தாய்.

இவ்வெடுத்துக்காட்டில் 'நேரு' என்னும் ஆண்பால் சிறப்புக்கருதி 'தாய்' என்று பெண் பாலாகக் கூறப்பட்டது.

இடவழுவமைதி : தன்மை, முன்னிலை, படர்க்கை என்னும் மூவிடங்களுள் ஓர் இடத்திற்குரிய சொல் வேறு ஓர் இடத்திற்கு மாறி வரும். இதனை முன்னோர் அமைதி யாக ஏற்றுக் கொண்டுள்ளதால் இது இடவழுவமைதி எனப்படும்.

எ-கா: 'மாதவி கலையில் சிறந்தவள் என்பதை அறியும்படிச் செய்வேன்' என்று மாதவி தன்னைப் படர்க்கை இடத்தில் வைத்துக் கூறுவதால் இது இடவழுவமைதி ஆகும்.

காலவழுவமைதி : இறந்த காலம், நிகழ்காலம், எதிர் காலம் என்னும் மூன்று காலங்களுள் ஒரு காலத்திற்குரிய

சொல் மற்றொரு காலத்திற்கு மாறி வரும். இவ்வாறு வருவது வழுவானாலும் முன்னோர் அவற்றை அமைதியாக ஏற்றுக் கொள்வதால் அது காலவழுவமைதி எனப்படும்.

எ-கா: உண்ணப்போகிறவன் 'உண்டேன்' என்பான்.

உண்கின்றவன் 'உண்டேன்' என்பான் - இத்தொடர்களில் எதிர்காலமும், நிகழ்காலமும் விரைவு காரணமாக இறந்த காலத்தில் சொல்லப்பட்டன.

மரபு வழுவமைதி : எச்சொல்லை எவ்வாறு உயர்ந்தோர் சொல்லி வந்தார்களோ அதே முறையில் நாமும் அச்சொல்லை வழங்குவது மரபு எனப்படும். அவ்வாறு அமையாமல் சொல்வது வழு (குற்றம்) ஆகும். ஆனால், பெரியோர்கள் அதனை அமைதியாக ஏற்றுக் கொள்வர். எனவே இது மரபு வழுவமைதி எனப்படும்.

எ-கா: ''கத்தும் குயிலோசை என்றன்
காதில் விழ வேண்டும்''

இவ்வடிகளில் 'குயில் கூவும்' என வர வேண்டும். ஆனால் அவ்வாறு வராமல் 'குயில் கத்தும்' என்று வந்துள்ளது. எனினும் அமைதியாக ஏற்றுக் கொள்ளப் பட்டதால் இது மரபு வழுவமைதியாகும்.

இரட்டைக்கிளவி : ஒரே சொல் இரு முறை அடுக்கி வந்து ஒரு சொல் தன்மை பெற்று, பிரித்தால் பொருள் தராத, ஒலிக்குறிப்புகளாக வருவது இரட்டைக் கிளவி எனப்படும்.

எ-கா: சலசல, சடசட, குடுகுடு, கலகல

எ-கா : 1. மழை 'சலசல' வெனப் பெய்கிறது.
2. மரம் 'சடசட' என முறிந்தது.
3. மகேசன் 'குடுகுடு' என ஓடினான்.
4. மதியழகி 'கலகல' எனச் சிரித்தாள்.

(இரட்டை - இரண்டு; கிளவி - சொல்)

அடுக்குத்தொடர்: ஒரு சொல் இரண்டு, மூன்று, நான்கு முறை அடுக்கி வந்து, பிரித்தால் பொருள் தருவது அடுக்குத் தொடர் எனப்படும்.

எ-கா : 1. கண்டேன் கண்டேன்
2. பாம்பு பாம்பு
3. ஓடு ஓடு
4. நன்று நன்று

(குறிப்பு: அடுக்குத்தொடர் நான்கு தடவைகளுக்கு மேல் அடுக்கி வராது.)

வினைமுற்று : ஒரு செயல் முடிந்து விட்டதை உணர்த்தும் சொல் வினைமுற்று எனப்படும்.

வினைமுற்று - வகைகள்: வினை முற்று இரண்டு வகைப்படும்.

அவை: 1. தெரிநிலை வினைமுற்று 2. குறிப்பு வினை முற்று என்பனவாகும்.

1. தெரிநிலை வினைமுற்று : செய்பவன், கருவி, நிலம், செயல், காலம், செயலுக்குப் பயன்படும் பொருள் ஆகிய ஆறனையும் வெளிப்படையாக உணர்த்தி வரும் வினைமுற்று தெரிநிலை வினைமுற்று ஆகும்.

எ-கா: வள்ளிக்கண்ணன் புத்தகம் படித்தான்.

1. செய்பவன் - வள்ளிக்கண்ணன்
2. கருவி - கைகள், கண்கள்
3. நிலம் - வகுப்பறை
4. செயல் - படித்தல்
5. காலம் - இறந்த காலம்
6. செய்பொருள் - புத்தகம்

2. குறிப்பு வினைமுற்று : செய்பவனை மட்டும் உணர்த்திப் பிறவற்றைக் குறிப்பால் உணர்த்தும் வினைமுற்று குறிப்பு வினைமுற்று எனப்படும்.

எ-கா: கந்தன் பொன்னன். இத்தொடரில் உள்ள 'பொன்னன்' என்னும் சொல், வினைச் சொல்லாகும். இச்சொல் தொழிலையும், காலத்தையும் வெளிப்படையாகக் காட்டவில்லை. ஆனாலும் பொன்னை உடையவனாய் இருந்தான் எனக் குறிப்பால் காலத்தை உணர்த்தியது. இவ்வாறு செய்பவனை மட்டும் உணர்த்திப் பிறவற்றைக் குறிப்பால் உணர்த்துவதால் இந்த வினைமுற்று குறிப்பு வினைமுற்று ஆகும்.

வேற்றுமை விரியும் வேற்றுமைத் தொகையும் : வேற்றுமை உருபுகள் மறையாது வெளிப்பட்டு நிற்கும் தொடர்கள் வேற்றுமை விரி எனப்படும். ஒரு தொடரில் வேற்றுமை உருபுகள் வெளிப்படாமல் மறைந்து நிற்குமாயின், அத்தொடரை, வேற்றுமைத்தொகை என்பர். முதல் வேற்றுமைக்கும், எட்டாம் வேற்றுமைக்கும் உருபுகள் இல்லை. எனவே, இரண்டாம் வேற்றுமை முதல் ஏழாம் வேற்றுமை வரையில் உள்ள ஆறு வேற்றுமைகள் மட்டுமே வேற்றுமைத் தொகையாக வரும்.

'தொகை' என்றால் தொக்கி வருவது. அதாவது மறைந்து வருவது என்று பொருள்.

இரண்டாம் வேற்றுமைத்தொகை : 'ஐ' என்னும் இரண்டாம் வேற்றுமை உருபு மறைந்து வந்தால் அது இரண்டாம் வேற்றுமைத் தொகை எனப்படும்.

எ-கா: ஊரடைந்தான். இதனைப் பிரித்தால் ஊரை + அடைந்தான் என வரும். இத்தொடரில் 'ஐ' என்னும் உருபு மறைந்துள்ளது.

மூன்றாம் வேற்றுமைத் தொகை : 'ஆல்' என்னும் மூன்றாம் வேற்றுமை உருபு மறைந்து வந்தால் அது மூன்றாம் வேற்றுமைத் தொகை எனப்படும்.

ஆன், ஒடு, ஓடு என்பவையும் மூன்றாம் வேற்றுமை உருபுகள். இவை மறைந்து வந்தால் அத்தொடர்களும் மூன்றன் தொகையாம்.

எ-கா: வாள் வீசினான் - இது வாளால் வீசினான் என விரிந்து செல்லும். வாள்வீசினான் என்பதில் 'ஆல்' மறைந்து வருவதால் மூன்றாம் வேற்றுமைத் தொகை. பொற்குடம். இத்தொடர் பொன்னால் ஆகிய குடம் என விரியும். இத்தொடரில் 'ஆல்' என்னும் உருபு மறைந்துள்ளது.

நான்காம் வேற்றுமைத்தொகை: 'கு' என்னும் நான்காம் வேற்றுமை உருபு மறைந்து வந்தால் அது நான்காம் வேற்றுமைத்தொகை எனப்படும்.

எ-கா: கூலி வேலை செய்தான். இத்தொடர் கூலிக்கு வேலை செய்தான் என விரியும். இத்தொடரில் 'கு' என்னும் உருபு மறைந்துள்ளது.

ஐந்தாம் வேற்றுமைத்தொகை : 'இல்' 'இன்' என இரண்டும் ஐந்தாம் வேற்றுமை உருபுகள் ஆகும். இவை மறைந்து வந்தால் அது ஐந்தாம் வேற்றுமைத் தொகை எனப்படும்.

எ-கா: மலைவீழருவி. இத்தொடர் மலையின் வீழருவி 'மலையினின்றும்' விழும் அருவி' என விரியும். 'இன்' என்னும் உருபு இதில் மறைந்துள்ளது.

ஆறாம் வேற்றுமைத்தொகை: 'அது' என்னும் ஆறாம் வேற்றுமை உருபு மறைந்து வந்தால் அது ஆறாம் வேற்றுமைத் தொகை எனப்படும்.

எ-கா: 'என் புத்தகம்' - இத்தொடர் 'எனது புத்தகம்' என விரியும். 'அது' என்னும் வேற்றுமை உருபு மறைந்துள்ளது.

ஏழாம் வேற்றுமைத்தொகை : 'கண்' என்னும் ஏழாம் வேற்றுமை உருபு மறைந்து வந்தால் அது ஏழாம் வேற்றுமைத்தொகை எனப்படும்.

இதைப்போல் கால், மேல், உள், உழை என ஏழாம் வேற்றுமை உருபுகள் இருபத்தெட்டு ஆகும். இவை மறைந்து வருமாயின் அவையும் ஏழன் தொகை.

எ-கா: மாடப்புறா - இத்தொடர் 'மாடத்தின் கண் வாழும் புறா' என விரியும். 'கண்' என்னும் வேற்றுமை உருபு இதில் மறைந்துள்ளது.

(குறிப்பு: 'கண்' என்பதற்கு இடம் என்று பொருள்)

உருபும் பயனும் உடன்தொக்க தொகை: இரு சொற்களுக்கு இடையில் வேற்றுமை உருபும் அதன் பொருளை (பயனை) விளக்க வரும் சொல்லும் மறைந்து

வருவது உருபும் பயனும் உடன்தொக்க தொகை எனப்படும்.

எ-கா: தாமரைக்குளம்; இத்தொடரைப் பிரித்தால் தாமரை + ஐ உடைய + குளம் என அமையும். இங்கு ஐ என்ற உருபும், உடைய என்ற சொல்லும் மறைந்து நிற்கின்றன. ஆகவே, இது இரண்டாம் வேற்றுமை உருபும் பயனும் உடன்தொக்க தொகை ஆகும்.

(குறிப்பு: உடன்தொக்க தொகை என்றால் உருபும் பயனும் என இரண்டும் மறைந்திருக்கும். எந்த உருபு மறைந்துள்ளதோ அதனை வைத்து அது பெயர் பெறும். மேலே உள்ள எடுத்துக்காட்டில் 'ஐ' என்னும் இரண்டாம் வேற்றுமை உருபு மறைந்து வந்துள்ளதால் **இது இரண்டாம் வேற்றுமை உருபும் பயனும் உடன்தொக்க தொகை என அழைக்கப்பட்டது.**)

வினைத்தொகை : நிகழ்காலம், இறந்தகாலம், எதிர்காலம் ஆகிய மூன்று காலங்களுக்கும் பொருந்தி வரும் தொடர் வினைத்தொகை எனப்படும்.

எ-கா: அலைகடல். இத்தொடரை மூன்று காலங்களுக்கும் பொருத்தலாம்.

அலைகின்ற கடல் (நிகழ்காலம்)
அலைந்த கடல் (இறந்த காலம்)
அலையும் கடல் (எதிர்காலம்)

இது போன்ற பிற சொற்கள் கீழே கொடுக்கப் பட்டுள்ளன. பிரித்துப் பார்க்க.

1. ஊறுகாய் 2. சுடுதண்ணீர் 3. கணிப்பொறி. 4. இடுகாடு.

பண்புத்தொகை : பண்பு விகுதியாகிய 'மை' என்னும் பண்புப் பெயர் விகுதியும், 'ஆகிய' என்னும் உருபும் மறைந்து வந்தால் அது பண்புத்தொகை எனப்படும்.

எ-கா: வெண்ணிலா. இச்சொல் 'வெண்மை ஆகிய நிலா என விரியும். 'மை' என்னும் பண்பு விகுதியும், 'ஆகிய' என்னும் உருபும் வந்துள்ளதைக் காணவும்.

இது போன்ற வேறு சொற்கள் கீழே கொடுக்கப் பட்டுள்ளன. அவைகளைப் பிரித்தறிந்து இலக்கண அறிவை வளர்த்துக் கொள்ளவும்.

1. செங்கடல், 2. கருங்கனி, 3. செவ்வான், 4. நெடுங் கூந்தல், 5. வெள்ளரிக்காய், 6. கடுஞ்சொல், 7. தண்ணீர், 8. வெந்நீர்.

இரு பெயரொட்டுப் பண்புத்தொகை : இரண்டு பெயர்ச்சொற்கள் அடங்கிய ஒரு தொடரில் முதலில் சிறப்புப் பெயரும், இரண்டாவது பொதுப் பெயரும் வந்தால் அது இருபெயரொட்டுப் பண்புத்தொகை எனப்படும்.

எ-கா: 1. வாழை மரம். இத்தொடரில் 'வாழை' என்பது சிறப்புப் பெயர். 'மரம்' என்பது பொதுவான பெயர்.

எ-கா: 2. தமிழ்மொழி. இத்தொடரில் 'தமிழ்' என்பது சிறப்புப் பெயர். 'மொழி' என்பது பொதுவான பெயர்.

எ-கா: 3. சாரைப்பாம்பு. இத்தொடரில் 'சாரை' என்பது சிறப்புப் பெயர். (பாம்புகளில் ஒருவகைதான்

சாரைப்பாம்பு. இவ்வகைப் பாம்பு ஊரும்போது 'சரசர' என சத்தம் வருவதால் இது சாரைப் பாம்பு எனப்பட்டது.) பாம்பு என்பது பொதுவான பெயர்.

கீழ்க்காணும் எடுத்துக்காட்டுகளைச் செய்து பார்க்கவும்.

1. அன்னப்பறவை 2. மாங்கனி 3. மட்டைப் பந்தாட்டம்

உவமைத்தொகை: உவமைக்கும் உவமிக்கப்படும் பொருளுக்கும் இடையே 'போல' என்னும் உருபு மறைந்து வந்தால் அது உவமைத்தொகை எனப்படும்.

எ-கா: மதிமுகம். மதி போன்ற முகம். 'மதி' என்றால் நிலவு. நிலா போன்ற வெண்மையான அழகான முகம் என்று பொருள். இவ்வெடுத்துக்காட்டில் மதிக்கும், முகத்துக்கும் இடையே போன்ற (போல) என்ற உவம உருபு மறைந்து வந்துள்ளது.

பிற எடுத்துக்காட்டுகள்: 1. பால்நிலா 2. பவளவாய் 3. கார் கூந்தல் 4. கற்கண்டுச் சொல் போன்றவை.

உம்மைத்தொகை: சொற்களுக்கு இடையே 'உம்' என்ற சொல் மறைந்து வருவது உம்மைத்தொகை எனப்படும்.

எ-கா: வெற்றிலைப் பாக்கு. இத்தொடர் வெற்றிலையும் பாக்கும் என விரியும். வெற்றிலைக்கும், பாக்குக்கும் இடையில் 'உம்' என்ற இடைச்சொல் மறைந்துள்ளது. இவை போன்ற வேறு சொற்கள் கீழே தரப்பட்டுள்ளன. அவைகளைக் காணவும்.

1. தாத்தாபாட்டி 2. பூ பழம் 3. வாழை தென்னை 4. பழம் பால் - போன்றவை.

அன்மொழித்தொகை : வேற்றுமை, வினை, பண்பு, உவமை, உம்மை என்னும் ஐந்தொகைகளின் புறத்தில் (வெளியில்) வேறு சொற்கள் மறைந்து வருவது அன்மொழித்தொகையாகும்.

எ-கா: பூங்குழல் வந்தாள். இத்தொடர் பூவை உடைய குழல் உடையாள் வந்தாள் எனப் பொருள்படும். எனவே, இது இரண்டாம் வேற்றுமை உருபும், பயனும் உடன்தொக்கத் தொகைப் புறத்துப் பிறந்த அன்மொழித்தொகை ஆகும்.

(குறிப்பு: 'குழல்' என்றால் 'கூந்தல்' என்று பொருள். பூங்குழல் வந்தாள். என்று சொன்னால் பூவைத் தலையில் அணிந்த நீண்ட கூந்தலை உடைய பெண் வந்தாள் என்று பொருள்படும்.)

உருவகத்தொடர் : உவமைக்கும் பொருளுக்கும் உள்ள வேறுபாட்டை அகற்றி இரண்டும் ஒன்றே எனக்கூறுவது உருவகத் தொடராகும்.

எ-கா: 1. முகத்தாமரை. இதில் முகமானது தாமரையாக உருவகப்படுத்தப்பட்டுள்ளது.

எ-கா: 2. கருணைக்கடல். இதில் கருணை என்னும் இரக்க குணமானது கடலாக உருவகப்படுத்தப் பட்டுள்ளது.

எ-கா: 3. உள்ளக்கோயில். இதில் உள்ளமானது (மனம்) இறைவன் வாழும் கோயிலாக உருவகப்படுத்தப் பட்டுள்ளது.

வேறு சொற்கள் கீழே கொடுக்கப்பட்டுள்ளன. அவற்றைக் காணவும். 1. வாய்ப்பவளம். 2. கண்தாமரை 3. மொழித்தேன் போன்றவை ஆகும்.

தொகா நிலைத்தொடர் : தொகா நிலைத்தொடர் 1. எழுவாய்த்தொடர் 2. விளித்தொடர் 3. வினைமுற்றுத் தொடர் 4. பெயரெச்சத்தொடர் 5. வினையெச்சத்தொடர் 6. வேற்றுமை உருபுகள் வெளிப்படையாய் நிற்கும் வேற்றுமை விரி. 7. இடைச்சொல் தொடர் 8. உரிச்சொல் தொடர் 9. அடுக்குத்தொடர் என ஒன்பது வகைப்படும்.

1. **எழுவாய்த்தொடர் :** எ-கா: கண்ணன் கண்டான். இத்தொடரில் உள்ளதைப் போன்று எழுவாய் (கண்ணன்) முதலிலும் கண்டான் (பயனிலையைப்) பின்னாலும் வருவது எழுவாய்த் தொடர் எனப்படும். (பயனிலை - பயனை நிலை நிறுத்துவது)

2. **விளித்தொடர் :** எ-கா: வேலா பார்! - இத்தொடரில் வேலா என்பது விளி. இத்தொடரின் இடையில் எந்தச் சொல்லும் மறைந்திருக்கவில்லை. விளித்தல் பொருளில் வருவதால், இதனை விளித்தொடர் என்பர். (விளித்தல் - அழைத்தல்)

3. **வினைமுற்றுத்தொடர் :** எ-கா: பார்த்தாள் சீதை. இத்தொடர் பார்த்தாள் என்னும் வினைமுற்றை முன்னே கொண்டு சீதை என்னும் பெயரைக் கொண்டு முடிந்தது. இவ்வாறு வருவது வினைமுற்றுத்தொடர் எனப்படும்.

4. **பெயரெச்சத்தொடர் :** எ-கா: படிக்காத பையன். இத்தொடரில் 'படிக்காத' என்னும் எச்சம் பையன் என்னும் பெயரைக் கொண்டு முடிவதால் இது பெயரெச்சத் தொடர் எனப்படும்.

5. **வினையெச்சத்தொடர் :** எ-கா: செய்து முடித்தான். இத்தொடரில் 'செய்து' என்னும் வினையெச்சம் முடித்

தான் என்னும் வினைமுற்றைக் கொண்டு முடிவதால் இது வினையெச்சத் தொடர் எனப்படும்.

7. இடைச்சொல் : எ-கா: மற்றொன்று. இத்தொடரில் 'மற்று' என்னும் இடைச்சொல் முன்னின்று தொடர்வதால் இது இடைச்சொல் தொடர் எனப்படும்.

6. வேற்றுமை விரி : வேற்றுமை உருபுகள் வெளிப்படையாக வரும் எனில் வேற்றுமை விரி எனப்படும்.

எ-கா: கடலைத் தேடிவந்த நதி.

8. உரிச்சொல் தொடர் : பெயர் வினைகளைப் போலத் தனித்து வராமல், அவற்றை அடுத்து வந்து அவற்றின் குணங்களை உணர்த்திச் செய்யுளுக்கே உரிமை பூண்டு வருவன உரிச்சொற்களாகும். சால, உறு, தவ, நனி, கழி, கூர், கடி, மா - என்பன உரிச்சொற்களாகும். எ-கா: 1. சாலச் சிறந்தது. 2. உறுமீன் 3. தவப்பெரியவர் 4. நனி சிறந்தது 5. கழி கூர்மதி 6. கூர்வாள் 7. கடிமார்பன் 8. மாநகர் என்பனவாகும்.

9. அடுக்குத்தொடர் : ஒரு சொல் இரண்டு, மூன்று, நான்கு முறை அடுக்கி வருவது அடுக்குத்தொடர் எனப்படும். (இதனைப் பற்றி முன்பே நாம் விரிவாகக் கண்டுள்ளோம்.)

எ-கா: போற்றி போற்றி.

இலக்கிய வகையால் சொற்களின் வகைகள் : இலக்கிய முறைப்படி சொற்கள் நான்கு வகைப்படும். அவை யாவன: 1. இயற்சொல். 2. திரிசொல் 3. திசைச்சொல் 4. வடசொல் என்பனவாகும்.

1. **இயற்சொல்** : படித்தவர்க்கும், படிக்காதவர்க்கும் சிரமமில்லாமல் மிக எளிதில் பொருள் புரியும்படி அமைந்த சொற்கள் இயற்சொற்கள் எனப்படும். எ-கா: நிலம், நீர், காற்று முதலியன.

2. **திரிசொல்** : கற்றவர்கள் மட்டுமே புரிந்து கொள்ளக் கூடிய வகையில் அமைந்த சொற்கள் திரிசொற்கள் எனப்படும்.

எ-கா: வாரணம். இச்சொல் யானை, சங்கு, சேவல் என்று பல பொருள் உணர்த்தும். இது கற்றவர் களுக்கு மட்டுமே புரியும்.

3. **திசைச்சொல்** : ஆங்கிலம், போர்த்துகீசியம் போன்ற அயல்நாட்டுச் சொற்கள் தமிழில் வந்து அவ்வப் பொருளிலேயே வழங்கும். இவை திசைச்சொற்கள் எனப்படும். பல்வேறு திசைகளில் உள்ள நாடுகளிலிருந்து தமிழில் வழங்கும் சொற்கள் என்றும் கூறுவர்.

எ-கா: சாவி - திறவுகோல் = போர்த்துக்கீசியச் சொல்.
டிபன் - காலை உணவு = ஆங்கிலச் சொல்
முருங்கை - சிங்களச் சொல்
மனை - கன்னடச்சொல் - போன்றவை.

வடசொல் : சமசுகிருத மொழியில் உள்ள சொற்கள் தமிழில் வந்து, தமிழின் இயல்புக்கேற்ப வழங்குகின்றன. அவை வடசொற்கள் எனப்படும். தமிழில் எண்ணற்ற வடசொற்கள் கலந்துள்ளன. தமிழில் வழங்கும் வட மொழிச்சொற்கள் இரண்டு வகைப்படும். அவை: 1. தற்சமம் 2. தற்பவம்.

1. **தற்சமம்** : உச்சரிப்புக் கெடாமல் மூலத்தில் உள்ளபடியே கலந்த வடமொழி தற்சமம் எனப்படும். (தத்

+ சமம் = தற்சமம். அதற்குச் சமமானது என்று பொருள்) இச்சொற்கள் வடமொழிக்கும் தமிழுக்கும் பொதுவான எழுத்துக்களால் ஆனது.

எ-கா: கமலம், காரணம், குங்குமம், சம்பவம் போன்றவை.

2. தற்பவம் : தமிழ் நடைக்கேற்றபடி மூல உச்சரிப்பு திரிந்து வழங்குவது தற்பவம் எனப்படும். (தத்+பவம்= தற்பவம். அதனின்று பிறந்தது என்று பொருள்)

எ-கா: இராச்சியம், விசேடம், விடம், பங்கயம் போன்றவை. இவை முறையே இராஜ்ஜியம், விசேஷம், விஷம், பங்கஜம் போன்ற வடமொழிச் சொற்களிலிருந்து பிறந்தவை.

ஆகுபெயர் : ஒன்றின் இயற்பெயர் அதனோடு தொடர்புடைய வேறொன்றுக்குப் பழங்காலம் முதல் இன்று வரை பெயராகி வருவது ஆகுபெயர் எனப்படும்.

எ-கா: காளை வந்தான். இவ்வெடுத்துக்காட்டில் 'காளை' என்பது காளை மாட்டைக் குறிக்கவில்லை. காளை போன்ற வலிமை படைத்த ஓர் இளைஞனைக் குறித்தது.

ஆகுபெயர் - வகைகள் : ஆகுபெயர் 1. பொருளாகு பெயர், 2. இடவாகு பெயர், 3. காலவாகுபெயர், 4. சினையாகுபெயர், 5. குணவாகுபெயர் (பண்பாகு பெயர்), 6. தொழிலாகுபெயர், 7. எண்ணலளவை ஆகுபெயர், 8. எடுத்தலளவை ஆகு பெயர், 9. முகத்தலளவை ஆகு பெயர், 10. நீட்டலளவை ஆகு பெயர், 11. சொல்லாகு பெயர், 12. தானி யாகு பெயர், 13. கருவி

யாகுபெயர், *14.* காரிய வாகுபெயர், *15.* கருத்தா வாகு பெயர், *16.* உவமை வாகுபெயர் என 16 வகைப்படும்.

1. பொருளாகு பெயர் : எ-கா: தாமரை பூத்தது. தாமரை என்னும் முதல் பொருளின் பெயர் மலருக்குப் பெயராகி வந்தது.

2. இடவாகுபெயர் : வான்சிறப்பு. வான் என்னும் இடத்தின் பெயர் மழைக்கு ஆகி வந்தது.

3. காலவாகு பெயர் : கோடை அளந்தான். கோடை என்னும் காலத்தின் பெயர் கோடைக்காலத்தில் விளைந்த பயிருக்குப் பெயராகி வந்தது.

4. சினையாகுபெயர் : வெற்றிலை நட்டான். இலையின் பெயர் வெற்றிலைக் கொடிக்குப் பெயராகி வந்தது.

(சினை - உறுப்பு)

5. குணவாகு பெயர் : வெள்ளை உடுத்தான். வெண்மை நிறம் அக்குணத்தை உடைய வேட்டிக்குப் பெயராகி வந்தது.

6. தொழிலாகு பெயர் : பொங்கல் உண்டான். பொங்குதல் என்னும் தொழிலின் அடிப்படையில் பொங்கல் எனப் பெயராகி வந்தது.

7. எண்ணலளவை ஆகுபெயர் : ஐந்தை அடக்கு. இங்கு ஐந்து என்பது ஐம்பொறிகளைக் குறித்தது. அவை: *1.* மெய் *(உடல்) 2.* வாய் *3.* கண் *4.* மூக்கு *5.* செவி என்பன.

8. எடுத்தலளவை ஆகு பெயர் : ஆறு கிலோ கொடு. கிலோ என்பது எடையுள்ள பொருளுக்குப் பெயராகி வந்தது.

9. முகத்தலளவை ஆகு பெயர் : நான்குபடி எடு. படி என்பது அவ்வளவுள்ள அரிசிக்குப் பெயராகி வந்தது.

10. நீட்டலளவை ஆகு பெயர் : நான்கு முழம் உடுத்தான். நான்கு முழம் அந்த நீளமுள்ள வேட்டிக்குப் பெயராகி வந்தது.

(குறிப்பு: உண்பது நாழி. உடுப்பது நான்கு முழம். என்னும் ஔவையாரின் பாடலை நினைவிற் கொள்க)

11. சொல்லாகு பெயர் : உரை விரித்தான். உரை என்னும் சொல் அதன் பொருளுக்கானது.

12. தானி ஆகுபெயர் : பொருளின் பெயர் (தானி) இதற்குத் தானமாக இடத்திற்கு ஆகி வருவது தானியாகு பெயராகும்.

எ-கா: விளக்கு ஒடிந்தது. விளக்கு - தீச்சுடர். இதன் பெயர் அது நிற்கும் தானமான தண்டிற்குப் பெயராகி வந்தது.

13. கருவியாகு பெயர் : திருப்பாவைப் படி. பாவை என்னும் கருவியின் பெயர் அதனாலான நூலுக்குப் பெயராகி வந்தது.

14. காரிய ஆகுபெயர் : அலங்காரம் படி. அலங்காரம் - இலக்கணம்; காரியப் பெயர், அதை அறிவிக்கக் காரணமான நூலைக் குறித்தது.

15. கருத்தா ஆகுபெயர் : இளங்கோவைப் படித்தான். இளங்கோவடிகளின் பெயர் அவர் இயற்றிய சிலப்பதி காரத்திற்குப் பெயராகி வந்தது.

16. உவமை ஆகுபெயர்: வந்தான் சிங்கம்! இங்கே சிங்கம் என்னும் உவமை அவ்வீரத்திற்கு உரியவனான ஓர் இளைஞனுக்குப் பெயராகி வந்தது.

பதம்: ஓர் எழுத்து தனித்து நின்றோ, இரண்டு முதலிய எழுத்துகள் தொடர்ந்து நின்றோ பொருள் தந்தால் அது பதம் எனப்படும். சொல், மொழி, பதம், கிளவி என்றாலும் ஒன்றே.

பதம் - வகைகள்: பதம் 1.பகுபதம். 2. பகாப்பதம் என இரு வகைப்படும்.

பகுபதம்: பகுதி, விகுதி முதலியனவாகப் பிரிக்க முடிவது பகுபதம் எனப்படும்.

பகாப்பதம்: பகுதி, விகுதி முதலியனவாகப் பிரிக்க இயலாதது பகாப்பதம் எனப்படும்.

பகுபத உறுப்புகள்: பகுபத உறுப்புகள் ஆறு. அவையாவன: 1. பகுதி, 2. விகுதி, 3. இடைநிலை, 4. சாரியை, 5. சந்தி, 6. விகாரம் முதலியனவாகும்.

1. பகுதி: ஒரு சொல்லின் முதலில் நிற்பது பகுதி எனப்படும். இதற்கு முதனிலை என்ற வேறு பெயரும் உண்டு. இது எப்பொழுதும் கட்டளைச் சொல்லாகவே இருக்கும்.

எ-கா: 1.நடந்தான், 2. சென்றான், 3. ஓடினான், 4. தேடினான் இவ்வெடுத்துக்காட்டுகளில் உள்ள நட, செல், ஓடு, தேடு என்பவை பகுதிகளாகும்.

2. விகுதி: ஒரு சொல்லின் கடைசியில் நிற்பது விகுதி எனப்படும். இது பால் உணர்த்தும்.

எ-கா: 1. நடந்தான் 2. நடந்தாள் 3. நடந்தனர் 4. நடந்தது 5. நடந்தன இவ்வெடுத்துக்காட்டில் ஆன், ஆள், அர், அது, அ என்பவை விகுதிகளாகும்.

3. இடைநிலை : பகுதிக்கும், விகுதிக்கும் இடையில் வருவது இடைநிலை எனப்படும். இது காலங்காட்டும்.

இடைநிலை - வகைகள்: காலம் காட்டும் இடைநிலைகள் மூன்று வகைப்படும்.

அவையாவன:

1. நிகழ்கால இடைநிலைகள். கிறு, கின்று, ஆநின்று,
2. இறந்தகால இடைநிலைகள்: த், ட், ற், இன்,
3. எதிர்கால இடை நிலைகள்: ப், வ்.

எ-கா: 1. வருகிறான் - (வ)வா+(ரு)கிறு+ஆன் - கிறு - நிகழ்கால இடைநிலை.

எ-கா: 2. வந்தான் - (வ)வா+த்(ந்)+த்+ஆன்-த்- இறந்த கால இடைநிலை.

எ-கா: 3. வருவான் - (வ)வா(ரு)+வ்+ஆன்-வ்- எதிர்கால இடைநிலை

4. சாரியை : பெயர்ச்சொல்லையும், வினைச்சொல்லை யும் சார்ந்து அவை பொருத்தமுற அமையும்படி வருவது சாரியை எனப்படும். பெரும்பாலும், இடைநிலைக்கும், விகுதிக்கும் இடையில் சாரியை வரும்.

எ-கா: நடந்தனன் - நட+த்(ந்)+த்+அன்+அன்

நட- பகுதி, த்-சந்தி, த் இறந்தகால இடைநிலை, அன்-சாரியை, அன் - விகுதி. அன், ஆன், இன், அல், அற்று, இற்று, அத்து, அம் - முதலியன சாரியைகளாகும்.

5. **சந்தி** : பகுதிக்கும், இடைநிலைக்கும் இடையில் வந்து இரண்டையும் சந்திக்க வைப்பது சந்தி எனப்படும். சில நேரங்களில் பகுதிக்கும் விகுதிக்கும் இடையிலும் சந்தி வரும்.

எ-கா: 1. வந்தான். வா+த்(ந்)+த்+ஆன். இதில் 'ந்' என்பது சந்தியாகும். இது பகுதிக்கும் இடைநிலைக்கும் இடையில் வந்துள்ளது.

எ-கா: 2 நடப்ப நட+ப்+ப. இதில் 'ப்' என்பது சந்தியாகும். இது பகுதிக்கும் விகுதிக்கும் இடையில் வந்துள்ளது.

6. **விகாரம்** : பகுபத உறுப்புகளுள், பகுதி, விகுதி, இடைநிலை, சாரியை, சந்தி - இவை அனைத்தும் ஒன்றோடொன்று சேரும் இடத்தில் விகாரம் வரும். இயல்பான நிலையிலிருந்து மாற்றம் பெற்று வருவது 'விகாரம்' எனப்படும்.

எ-கா: வந்தான் - (வ)வா+த்(ந்)+த்+ஆன்
வா என்பது 'வ' எனக் குறைந்து வந்தது குறுக்கல் விகாரம்.

முதனிலைத்தொழிற்பெயர் : ஒரு தொழிற்பெயர், விகுதி பெறாமல் முதனிலை மட்டும் (பகுதி) நின்று, தொழிலை உணர்த்துமானால் அது முதனிலைத் தொழிற் பெயர் எனப்படும்.

எ-கா: ஓர் அடி அடித்தான். இவ்வெடுத்துக்காட்டில் 'அடி' என்பது அடித்தல் என்னும் தொழிலை உணர்த்து கிறது. ஆனால் இது விகுதி குறைந்து பகுதி மட்டுமே நின்று தொழிலை உணர்த்தியதால் முதனிலைத் தொழிற்பெயர் எனப்பட்டது.

முதனிலைத் திரிந்த தொழிற்பெயர் : ஒரு தொழிற்பெயர் விகுதி பெறாமல் முதனிலை (பகுதி) திரிந்து தொழிலை உணர்த்துமானால் அதனை முதனிலைத் திரிந்த தொழிற் பெயர் என்கிறோம்.

எ-கா: கெடுவான் கேடு நினைப்பான். இவ்வாக்கியத்தில் 'கேடு' என்பது கெடுதல் என்னும் தொழிலைக் குறிக்கின்ற பெயர்ச் சொல்லாகும். ஆனால் 'கெடுதல்' என்னும் தொழிற்பெயர், முதலில் விகுதி குறைந்து 'கெடு' என்று ஆகிப்பின்பு முதனிலைத் (நீட்சி பெற்று) திரிந்து 'கேடு' என்று தொழிலை உணர்த்துகிறது. இவ்வாறு வருவது முதனிலைத் திரிந்த தொழிற்பெயராகும்.

வினையாலணையும் பெயர் : ஒரு வினைமுற்று வினையை உணர்த்தாமல் பெயரை உணர்த்தினாலும், அவ்வினைமுற்று வேற்றுமை உருபுகளை ஏற்று பெயர்த்தன்மை பெற்று பெயரை உணர்த்தினாலும், அது வினையாலணையும் பெயர் எனப்படும்.

எ-கா: பாடியவன் பரிசும் பாராட்டும் பெற்றான்.

ஏவல் : ஏவல் என்பதன் பொருள், கட்டளை இடுதல் அல்லது ஏவுதல் என்பதாகும்.

எ-கா: வா, போ, செய், படி என்பன.

ஏவல் - வகைகள் : ஏவல் நான்கு வகைப்படும். அவை யாவன: 1. ஓரேவல், 2. ஈரேவல், 3. விகுதி குன்றிய ஏவல், 4. குற்றியலுகர விகுதி பெற்ற ஏவல் என்பனவாகும்.

1. ஓரேவல் : வி.பி. என்னும் விகுதிகள் பகுதியோடு சேர்ந்து பொருள் தந்தால் அது ஓரேவல் எனப்படும்.

எ-கா: செய்வி, உண்பி, காண்பி, படிப்பி என்பன.

2. ஈரேவல் : வி.பி என்னும் இரண்டு விகுதிகளும் ஒரே பகுதியில் சேர்ந்து வந்தால் அது ஈரேவல் எனப்படும்.

எ-கா: செய்விப்பி, உண்பிப்பி, காண்பிப்பி, படிப்பிப்பி என்பன

3. விகுதி குன்றிய ஏவல் : நீ நட, நீ ஓடு என்னும் எடுத்துக்காட்டுகளில் நட, ஓடு என்பன எந்த ஒரு விகுதியும் பெறாமல் பகுதி மட்டும் நின்று கட்டளைப் பொருளை தருவதால் இது விகுதி குன்றிய ஏவல் எனப்பட்டது.

ஏவல் ஒருமை வினைமுற்று. இ, ஐ, ஆய் என்னும் விகுதிகளில் ஒன்றைப் பெற்று ஏவல் பொருளை உணர்த்தி வரும் வினைமுற்று ஏவல் ஒருமை வினைமுற்று எனப்படும்.

எ-கா: நீ செல்லுதி - இ
நீ செல்வை - ஐ
நீ செல்வாய் - ஆய்

ஏவல் பன்மை வினைமுற்று : இர், ஈர், மின், உம் போன்ற பன்மை விகுதிகள் பெற்று ஏவல் பொருளை உணர்த்தி வரும் வினைமுற்று ஏவல் பன்மை வினை முற்று எனப்படும்.

எ-கா: நீர் காண்பிர் - இர்
நீவிர் வருவீர் - ஈர்
நீர் செல்லுமின் - மின்
நீர் காணும் - உம்

எதிர்மறை ஏவல் வினைமுற்று : ஏவல் வினைமுற்று முன்னிலை இடத்தில் மட்டும் வருவது. எதிர்மறைப் பொருள் தரும்.

எ-கா: வாரல் - அல்
பாரேல் - ஏல்
காணாதே - ஏ - இவை எதிர்மறை ஒருமை ஏவல் வினை முற்றுகள் ஆகும்.

எ-கா: உண்ணாதிர் - இர்
உண்ணாதீர் - ஈர்
உண்ணன்மின் - மின் - இவை எதிர்மறைப் பன்மை ஏவல் வினைமுற்றுகள் ஆகும்.

வியங்கோள் வினைமுற்று : க, இய, இயர் என்னும் விகுதிகள் சேர்ந்து வாழ்த்துதல், வைதல் (திட்டுதல்), வேண்டுதல், விதித்தல் (கட்டளையிடுதல்) ஆகிய பொருள்களில் வரும் வினைமுற்று வியங்கோள் வினை முற்று எனப்படும். இஃது உடன்பாட்டிலும், எதிர்மறை யிலும் வரும். இரு திணை, ஐம்பால், மூவிடங்களிலும் வரும்.

எ-கா: செந்தமிழ் வாழ்க! - க - வாழ்த்துதல்
கொடியன அழிக! - க - வைதல்
வளம் பொழிக! - க - வேண்டுதல்
அறம் செய்க! - க - விதித்தல்
செந்தமிழ் வாழிய! - இய - வாழ்த்துதல்
மக்கள் வாழியர் - இயர் - வாழ்த்துதல் - என்பன.

வினா வகை : நம் அன்றாட வாழ்வில் எத்தனையோ வகையான வினாக்களைப் பயன்படுத்துகின்றோம். அவையெல்லாம் சேர்ந்து வினா ஆறு வகைப்படும். அவையாவன:

1. அறிவினா, 2. அறியா வினா, 3. ஐய வினா, 4. கொளல் வினா, 5. கொடை வினா, 6. ஏவல் வினா என்பனவாகும்.

1. **அறிவினா** : தமக்குத் தெரிந்துள்ள ஒன்றை மற்றவர்களும் தெரிந்து வைத்திருக்கிறார்களா என அறிவதற்குக் கேட்கப்படும் வினா அறிவினா எனப்படும்.

எ-கா: 'சிலப்பதிகாரத்தை இயற்றியவர் யார்?' என்று ஆசிரியர் மாணவரைக் கேட்டல்.

2. **அறியாவினா** : தனக்குத் தெரியாத ஒன்றை மற்றவரிடம் கேட்டுத் தெரிந்து கொள்வதற்காகக் கேட்கப்படும் வினா அறியா வினா எனப்படும்.

எ-கா: 'இச்செய்யுளின் பொருள் யாது?' என்று மாணவன் ஆசிரியரைக் கேட்டல்.

3. **ஐயவினா** : தனக்கு ஏற்பட்டுள்ள ஐயத்தை (சந்தேகத்தை) தீர்த்துக் கொள்வதற்காக மற்றவரிடம் கேட்கப்படும் வினா ஐய வினா எனப்படும்.

எ-கா: 'தூரத்தில் தெரிவது பாம்பா கயிறா?' என்று வயதான முதியவர் ஓர் இளைஞரிடம் கேட்டல்.

4. **கொளல் வினா** : ஒரு பொருளை வாங்குவதற்காக (கொளல்) கேட்கப்படும் வினா கொளல் வினா எனப்படும்.

எ-கா: 'பொன்னி அரிசி இருக்கிறதா வணிகரே?' என்று வாடிக்கையாளர் கடைக்காரரிடம் கேட்டல்.

5. **கொடை வினா** : ஒரு பொருளைப் பிறருக்குக் கொடுப்பதற்காக கேட்கப்படும் வினா கொடை வினா எனப்படும்.

எ-கா: 'இந்தக் கிழிந்த உடை தவிர வேறு நல்ல உடை இல்லையா?' என்று ஒரு பணக்காரர் ஏழைச் சிறுவனிடம் கேட்டல்.

6. ஏவல் வினா : ஒரு செயலைச் செய்யுமாறு ஏவுதற் பொருட்டுப் பிறரை வினவும் வினா ஏவல் வினா எனப்படும்.

எ-கா: 'திருக்குறளை மனப்பாடம் செய்தீரா?' என்று ஆசிரியர் மாணவர்களிடம் கேட்டல்.

(குறிப்பு: மனப்பாடம் செய்யவில்லையெனில் மனப்பாடம் செய்யுங்கள் என்று ஆசிரியர் மாணவர்களை ஏவுவார். அதற்காக இவ்வினா வினவப்படும்.)

விடை வகை : நம் அன்றாட வாழ்வில் பிறர்க்கு நாம் அளிக்கும் பதில்கள் (விடை) எட்டு வகைப் படும். அவையாவன:

1. சுட்டு விடை, 2. எதிர்மறை விடை, 3. நேர்விடை, 4. ஏவல் விடை, 5. வினா எதிர் வினாதல் விடை, 6. உற்றது உரைத்தல் விடை, 7. உறுவது கூறல் விடை, 8. இனமொழி விடை என்பனவாகும்.

1. சுட்டு விடை : 'தஞ்சைக்குச் செல்லும் வழி எது?' என்னும் வினாவிற்கு 'இது' அல்லது 'அது' என ஓரிடத்தைச் சுட்டிக்காட்டி விடை கூறுவது சுட்டு விடை எனப்படும்.

2. எதிர்மறை விடை : 'உனக்கு ஆடத் தெரியுமா?' என்னும் வினாவிற்குத் தெரியாது' என்று பதில் சொல்வது எதிர்மறை விடை எனப்படும்.

3. நேர்விடை : 'உனக்கு ஆடத் தெரியுமா?' என்னும் வினாவிற்கு 'ஆடுவேன்' என்று உடன்பட்டு விடை கூறுவது நேர்விடை எனப்படும்.

4. ஏவல் விடை : 'நீ இதனைச் செய்வாயோ?' என்னும் வினாவிற்கு 'நீயே செய்' என்று கேட்டவரையே ஏவுவது ஏவல் விடை எனப்படும்.

5. வினா எதிர்வினாதல் விடை : 'நீ நாள்தோறும் படிப்பாயா?' என்னும் வினாவிற்கு 'நான் படிக்காமல் இருப்பேனா?' என்று வினா முறையிலேயே விடை அளிப்பது வினா எதிர் வினாதல் விடை எனப்படும்.

6. உற்றது உரைத்தல் விடை : 'நீ ஏன் பள்ளிக்கு வரவில்லை?' என்னும் வினாவிற்கு 'வயிறு வலித்தது' என்று தனக்கு நேர்ந்ததை எடுத்துரைப்பது உற்றது உரைத்தல் விடை எனப்படும்.

7. உறுவது கூறல் விடை : 'நீ தொலைக்காட்சி காண்பாயா?' என்னும் வினாவிற்கு 'கண் வலிக்கும்' என தனக்கு நேரப்போவதை எடுத்துரைப்பது உறுவது கூறல் விடை எனப்படும்.

8. இனமொழி விடை : 'உனக்குக் கதை பிடிக்குமா?' என்னும் வினாவிற்கு, 'கவிதைதான் பிடிக்கும்' என்பது விடையாக வருவது இனமொழி விடை எனப்படும்.

கதைக்கு இனமான கவிதையைக் கூறியதால் இஃது இனமொழி எனப்பட்டது.

செவ்வன் இறை : எட்டு வகை விடைகளில் சுட்டு விடை, எதிர்மறை விடை, நேர்விடை ஆகிய மூன்றும்

வினாக்களுக்கு ஏற்ற நேர் விடைகளாகும். எனவே, இவற்றைச் செவ்வன் இறை என்பர்.

(இறை - விடை.)

இறை பயப்பன: எட்டு வகை விடைகளில் ஏவல் விடை, வினா எதிர் வினாதல் விடை, உற்றது உரைத்தல் விடை, உறுவது கூறல் விடை, இனமொழி விடை என்ற ஐந்து விடைகளும் வினாவிற்கு ஏற்ற மறைமுக விடைகளாகும். எனவே, இவை ஐந்தும் இறை பயப்பன எனப்படும்.

வழக்கு: சொற்களை நாம் பலவிதமாக வழங்கு கிறோம். அதற்கு வழக்கு (வழக்கம்) என்று பெயர்.

வழக்கு - வகைகள்: வழக்கு இரு வகைப்படும். அவை: 1. இயல்பு வழக்கு, 2. தகுதி வழக்கு என்பனவாகும்.

1. இயல்பு வழக்கு: இயல்பாக உள்ள சொல்லால் ஒரு பொருளைக் குறிப்பது இயல்பு வழக்கு எனப்படும். எ-கா: தண்ணீர்

2. தகுதி வழக்கு: இயல்பான சொல்லை விட்டு அதற்குத் தக்க வேறு சொல்லால் நயமாக வழங்குவது தகுதி வழக்கு எனப்படும். எ-கா: நல்ல பாம்பு.

இயல்பு வழக்கு வகைகள்: இயல்பு வழக்கு மூன்று வகைப்படும். அவையாவன: 1. இலக்கணமுடையது, 2. இலக்கணப்போலி, 3. மரூஉ என்பனவாகும்.

1. இலக்கணமுடையது: இலக்கண விதிகளுக்குப் பொருந்திய சொற்கள் இப்பிரிவில் அடங்கும்.

எ-கா: விளக்கு, நெய், ஒளி என்பன.

2. இலக்கணப் போலி : இலக்கணமுடையது போல் இருக்கும். ஆனால், இலக்கண விதிப்படி இல்லாதிருக்கும் சொற்கள் இலக்கணப் போலி எனப்படும். இவற்றைத் தொன்றுதொட்டு (பழங்கால முதல்) பெரியோர் வழங்கி வருவதால் நாம் ஏற்றுக் கொண்டுள்ளோம்.

எ-கா:

இலக்கணமுடையது	இலக்கணப்போலி
1. இல்முன்	முன்றில்
2. இல்வாய்	வாயில்
3. தசை	சதை - போன்றவை

3. மரூஉ : இலக்கணம் சிதைந்து, சொல் தன் இயல்பான வடிவத்தில் இருந்து திரிந்து வழங்குவது மரூஉ எனப்படும். இவற்றை நாம் மிக அதிக அளவில் நடைமுறையில் பயன்படுத்துகின்றோம்.

எ-கா: 1. திரிஞ்சான் (திரிந்தான்)
2. ஓடிப்போச்சு (ஓடிப்போனது)
3. வரணும் (வரவேண்டும்)
4. தஞ்சாவூர் (தஞ்சை)
5. நஞ்சை புஞ்சை (நன்செய், புன்செய்)
போன்றவை

தகுதி வழக்கு : வகைகள்: தகுதி வழக்கு மூன்று வகைப்படும். அவையாவன: 1. இடக்கரடக்கல், 2. மங்கலம், 3. குழூஉக்குறி என்பனவாகும்.

1. இடக்கரடக்கல் : வெளிப்படையாகச் சொல்லத்தகாத வார்த்தைகளை மறைமுகமாகச் சொல்லுதல் இடக்கரடக்கல் எனப்படும்.

எ-கா: மலம் கழுவி வந்தான் என்ற தொடரைக் கால் கழுவி வந்தான் எனச் சொல்ல வேண்டும்.

இடக்கர் = இடக்கு = வெளிப்படையாகச் சொல்லத் தகாதது

அடக்கர் = அடக்கு = மறைமுகமாகச் சொல்லத் தகுந்தது.

2. **மங்கலம் :** அமங்கலமான சொற்களை மங்கலமாகக் (நல்ல சொற்களாக) கூறுவது மங்கலம் எனப்படும்.

எ-கா: 'செத்தார்' என்பதைத் 'துஞ்சினார்' என்றோ, 'மறைந்தார்' என்றோ 'இறைவனடி சேர்ந்தார்' என்றோ, 'காலமானார்' என்றோ கூற வேண்டும்.

3. **குழூஉக்குறி :** ஒரு கூட்டத்தார் (குழுவினர்) பிறர் அறியாது, தமக்கே விளங்கும்படி ஒரு பொருளின் பெயரை வழங்குவது குழூஉக்குறி எனப்படும்.

எ-கா: 1. பொன் செய்வோர் தங்கத்தைப் 'பறி' என்று வழங்குவர். 2. வணிகர் எட்டு ரூபாயை 'பணி வெள்ளை' என்றும், மூன்று ரூபாயை 'குண வெள்ளை' என்றும் வழங்குவர்.

உருபு மயக்கம் : ஒரு வேற்றுமை உருபு நிற்க வேண்டிய இடத்தில் வேறொரு வேற்றுமை உருபு மயங்கி வந்தாலும் பொருள் மாறுபடாமல் இருந்தால், அஃது உருபு மயக்கம் எனப்படும்.

எ-கா: காலத்தினாற் செய்த நன்றி. இத்தொடரில் காலத்தில் செய்த நன்றி என்று ஏழாம் வேற்றுமை நிற்க வேண்டிய இடத்தில், 'ஆல்' என்னும்

மூன்றாம் வேற்றுமை உருபு மயங்கி வந்தது. ஆனாலும் பொருள் மாறவில்லை.

சினை வினை : சினையின் தொழிலைக் குறிக்கும் வினை சினைவினை எனப்படும். சினை என்றால் உறுப்பு என்று பொருள். மரம் - என்னும் ஒரு பெயர்ச்சொல்லில் 'இலை' என்பது சினையாகும்.

எ-கா: கண்ணன் கால் ஒடிந்து விழுந்தது.

இங்கு கண்ணன் முதற்பொருள். அம்முதற் பொருளின் தொழில் கூறப்பட்டுள்ளது.

முதல்வினை : முதலின் தொழிலைக் குறிக்கும் வினை முதல்வினை எனப்படும். முதல் என்பது உறுப்புகளை உடைய முழுப்பொருள் என்று பொருள்படும்.

எ-கா: கண்ணன் தடுமாறி விழுந்தான்.

இங்கு கால் (உறுப்பின்) என்ற உறுப்பின் தொழில் கூறப்பட்டது.

இடைப்பிறவரல் : வேற்றுமை உருபுகள், வினை முற்றுகள், பெயரெச்சங்கள், வினையெச்சங்கள் ஆகிய வற்றிற்கும், இவை கொண்டு முடியும் பெயர் அல்லது வினைச் சொற்களுக்கும் இடையே இவ்விடத்திற்குப் பொருத்தமான வேறு சில சொற்கள் வரும். அச்சொற் களுக்கு இடைப்பிறவரல் என்று பெயர்.

இடைப்பிறவரல் - இடையில் (நடுவில்) பிற சொற்கள் வருதல்.

எ-கா: 1. கண்ணன் (நல்ல) பையன்
2. அறத்தை (அழகு பெறச்) செய்தான்

3. தேவர்க்குச் (செல்வம் வேண்டிச்) சிறப்பு விழா எடுத்தான் - என்பனவாகும்.

பொருள்கோள் : செய்யுளில் பொருள் செல்லும் தன்மைக்கேற்பச் சொற்களை வரிசைப்படுத்திப் பொருள் கொள்ளும் முறைக்குப் பொருள் கோள் என்று பெயர்.

பொருள்கோள் - வகைகள் : பொருள்கோள் எட்டு வகைப்படும். அவையாவன: 1. யாற்று நீர்ப் பொருள் கோள், 2. மொழி மாற்றுப் பொருள்கோள், 3. நிரல் நிறைப் பொருள்கோள், 4. பூட்டுவிற் பொருள்கோள், 5. தாப்பிசைப் பொருள்கோள், 6. அளைமாறிபாப்பு பொருள்கோள், 7. கொண்டு கூட்டுப் பொருள்கோள், 8. அடிமறிமாற்றுப் பொருள்கோள்.

1. யாற்று நீர்ப்பொருள்கோள் : யாற்று நீர், ஒரே திசையை நோக்கி ஓடுவது போலச் செய்யுளில் சொற்கள் அமைந்துள்ள அம்முறையிலேயே பொருள் கொள்ளும் முறைக்கு யாற்றுநீர்ப் பொருள்கோள் என்று பெயர்.

('யாறு' என்னும் சொல்லுக்கு 'ஆறு' என்பது பொருள். 'யாறு' என்பது பழைய சொல். தூய தமிழ்ச்சொல். இது போலவே 'யாடு' என்பது. அது தற்பொழுது 'ஆடு' என்று ஆகியுள்ளது.)

எ-கா: "தனக்குவமை இல்லாதான்தாள்சேர்ந்தார்க்கல்லால் மனக்கவலை மாற்றல் அரிது."

பொருள் : தனக்கு ஒப்பாக வேறு எவரும் இல்லாத இறைவனடியை வணங்க வேண்டும். அவ்வாறு வணங்காதவர்களின் மனக்கவலையை மாற்ற இயலாது என்பது இக்குறளின் பொருள். இக்குறளில் சொற்கள்

அமைந்துள்ள முறையிலேயே பொருளும் தெளிவாக கிடைக்கிறது.

2. மொழி மாற்றுப் பொருள்கோள் : செய்யுளில் கருத்துக்குப் பொருந்தும் வகையில் ஓரடிக்குள்ளேயே சொற்களை மாற்றியமைத்துப் பொருள் கொள்ளும் முறைக்கு மொழிமாற்றுப் பொருள்கோள் என்று பெயர்.

எ-கா: ''சுரைஆழ அம்மி மிதப்ப வரையனைய
யானைக்கு நீத்து முயற்கு நிலைஎன்ப
கானக நாடன் சுனை''

இச்செய்யுளில் சொற்கள் அமைந்துள்ள முறையிலேயே பொருள் கொள்ள இயலாது. அவ்வாறு பொருள் கொண்டாலும் அது சரியான பொருளாக இருக்காது. எனவே, இதில் சுரை மிதப்ப, அம்மி ஆழ எனவும், யானைக்கு நிலை, முயற்கு நீத்து எனவும் ஓரடியில் மொழிகளை மாற்றிப் பொருள் கொள்ள வேண்டும்.

3. நிரல் நிறைப் பொருள்கோள் : எழுவாய்ச் சொற்களை ஒரு வரிசைப்படி எழுதி, அம்முறையிலேயே அவ்வவற்றிற்குரிய பயனிலைகளையும் எழுதி முறையே பொருள் பெறுவது நிரல்நிறைப் பொருள்கோள் எனப்படும்.

நிரல் - வரிசை; நிறை - நிறுத்துதல்

எ-கா: ''உடுத்ததுவும் மேய்த்ததுவும் உம்பர்கோன் தன்னால்
எடுத்ததுவும் பள்ளிக் கியையப் - படுத்ததுவும்
அந்நாள் எறிந்ததுவும் அன்பின் இரந்ததுவும்
பொன்னா வரைஇலை காய்பூ''

இப்பாடலில் கண்ணன் சிறு குழந்தையாக இருந்த போது அவனுடைய செயல்கள் விளக்கப்பட்டுள்ளன.

உம்பர் - தேவர்; கோன் - தலைவன். 'உம்பர்கோன்' - தேவர்களுக்குத் தலைவனாகிய கண்ணன் என்பது பொருள். அவர்,

உடுத்தது (அணிந்தது) - பொன் (பொன்னாடை)
மேய்த்தது - ஆ (பசு)
எடுத்தது - வரை (மலை)
படுத்தது - இலை (ஆலிலை)
எறிந்தது - காய் (விளங்காய்)
இரந்தது (கேட்டுப் பெற்றது) - பூமி

என முறையே வந்துள்ளது. பெயரும் பயனிலையும் அமையும் வகையில் அமைத்துக் கொள்க. இதற்கு வேறு பெயர் 'முறை நிரல் நிறைப் பொருள்கோள்' ஆகும்.

எதிர் நிரல் நிறைப் பொருள்கோள் : எழுவாய்ச் சொற்களை ஒரு வரிசைப்படுத்தி, அவற்றிற்குரிய பயனிலைகளை எதிர் நிலையாக அமைத்துப் பொருள் கொள்வது எதிர் நிரல்நிறைப் பொருள்கோள் ஆகும்.

எ-கா: "களிறும் கந்தும் போல நளிகடல்
கூம்பும் கலனும் தோன்றும்
தோன்றல் மறந்தோர் துறைகெழு நாட்டே"

இதில் களிறு - கலன் (கப்பல்) : கந்து - கூம்பு (பாய்மரம்) என முறை மாறி (வரிசையில் இல்லாமல்) வருவதால் இது எதிர்நிரல் நிறைப்பொருள்கோள் ஆகும்.

4. பூட்டுவிற் பொருள்கோள் : நாண் (கயிறு) பூட்டப்பட்ட வில் போன்று இறுதிச்சொல்லை முதற்சொல்லோடு இயைத்துப் (சேர்த்து) பொருள் கொள்வது பூட்டுவிற் பொருள்கோள் ஆகும். இதனை விற்பூட்டுப் பொருள்கோள் எனவும் கூறுவர்.

எ-கா: ''திறந்திடுமின் தீயவை பிற்காண்டும் மாதர்
இறந்து படின் பெரிதாம் ஏதம் - உறந்தையர்கோன்
தண்ணார மார்பன் தமிழர் பெருமானைக்
கண்ணாரக் காணக் கதவு.''

இப்பாடலில் 'கதவு திறந்திடுமின்' என இறுதிச் சொல்லை முதற் சொல்லோடு இயைத்துப் பொருள் கூறுதலால் இது பூட்டுவிற் பொருள்கோள் எனப்படும்.

5. அளைமறிபாப்புப் பொருள்கோள் : அளை - புற்று; மறி - மடக்குதல், பாப்பு - பாம்பு. பாம்பு புற்றில் தலையை வைத்தவுடன் தலையைப் புற்றின் வாயை நோக்கித் திருப்பிக் கொண்டு தன் உடலை மெதுவாக உள்ளே இழுக்கும். அப்போது உடலின் இடைப்பாகமும், இறுதிப் பாகமும் தலையுடன் உராய்ந்து கொண்டு செல்லும். அது போலச் செய்யுளின் இறுதி முதலாக நிலை மாறி நின்று இடையில் உள்ள சொற்களும் முதலில் உள்ள சொற்களும் இயைந்து பொருள் கொள்ளுமாறு அமைவது அளைமறி பாப்புப் பொருள்கோள் எனப்படும்.

எ-கா: ''தாழ்ந்த உணர்வினராய்த் தாளுடைந்து தண்டூன்றித்
தளர்வார் தாமும்
சூழ்ந்த வினையாக்கை சுடவிளிந்து நாற்கதியில்
சுழல்வார் தாமும்
மூழ்ந்த பிணி நலிய முன்செய்த வினையென்றே
முனிவார் தாமும்
வாழ்ந்த பொழுதினே வானெய்தும் நெறிமுன்னி
முயலாதாரே''

இப்பாடலில் வாழ்ந்த பொழுதினே வானெய்தும் நெறி முன்னி முயலாதார்; மூழ்ந்த பிணி நலிய முன்செய்த வினை என்றே முனிவார்; சூழ்ந்த வினையாக்கை

சுடவிளிந்து நாற்கதியில் சுழல்வார்; தாழ்ந்த உணர் வினராய்த் தாளுடைந்து தண்டூன்றித் தளர்வார் எனத் தலைகீழாய் இடையிலும் முதலிலும் சென்று இயைந்து பொருள் தந்ததைக் காண்க.

6. தாப்பிசைப் பொருள்கோள் : செய்யுளின் ஒரு சொல் ஊஞ்சலின் கயிறுபோல முன்னும் பின்னும் சென்று, இயைந்து பொருள் கொள்ளச் செய்வது தாப்பிசைப் பொருள்கோள் ஆகும்.

தாம்பு - தாப்பு = கயிறு; இசை - முன்னும் பின்னும் அசைதல்.

எ-கா: ''உண்ணாமை உள்ள துயிர்நிலை ஊன்உ ண்ண
அண்ணாத்தல் செய்யா தளறு''

பொருள் : பிற விலங்குகளின் இறைச்சியை உண்ணா மல் இருப்பதே சிறந்த உயிர் வாழ்க்கையாகும். ஊன் (இறைச்சி) உண்பவர்களை அளறு (நரகம்) தன்னுள் அடக்கிக் கொள்வதற்கு வாயை அகலமாகத் (அண்ணாத் தல்) திறந்து வைத்திருக்கும் என்பது இக்குறளின் பொரு ளாகும். எனவே, பிற உயிர்களைக் கொன்று அதன் இறைச்சியை உண்பதைக் கைவிட வேண்டும்.

மேற்காணும் குறளில் ஊன் உண்ணாமை உள்ளது உயிர்நிலை எனவும், ஊன் உண்ண அண்ணாத்தல் செய்யாது அளறு எனவும் இடையே உள்ள 'ஊன்' என்ற சொல் இருபுறமும் சென்று இயைந்து பொருள் தந்தது.

7. கொண்டு கூட்டுப் பொருள்கோள் : ஒரு செய்யுளில் பல அடிகளிலும் சிதறிக்கிடக்கும் சொற்களைப் பொருள்

தொடர்ச்சிக்கு ஏற்பக் கூட்டிப் பொருள் கொள்வது கொண்டு கூட்டுப் பொருள்கோள் எனப்படும்.

எ-கா: "தெங்கங்காய் போலத் திரண்டுருண்ட பைங்கூந்தல்
வெண்கோழி முட்டை உடைத்தன்ன மாமேனி
அஞ்சனத் தன்ன பசலை தணிவாமே
வங்கத்துக்குச் சென்றார் வரின்"

இப்பாடலில்,

'வங்கத்துச் சென்றார்வரின்' அஞ்சனத்தன்ன
பைங்கூந்தலையுடைய தலைவியினது மாமேனியில்
தெங்கங்காய் போலத் திரண்டுருண்ட கோழி
வெண்முட்டை உடைத்தன்ன பசலை தணிவாம்

எனக் கூட்டிப் பொருள் கொள்ள வேண்டும்.

அஞ்சனத்தன்ன - கண்ணில் பூசப்படும் கரியமை போன்ற; தெங்கங்காய் - தேங்காய்; பசலை - தலை வனைப் பிரிந்த தலைவியின் உடலில் உண்டாகும் நிற வேறுபாடு.

8. **அடிமறிமாற்றுப் பொருள்கோள்** : ஒரு செய்யுளின் எந்த அடியை இறுதியிலும், இடையிலும், முதலிலும் இயைத்துப் பொருள்கொண்டாலும் ஓசை மாறு படாம லும், பொருள் மாறாமலும் வருவது அடிமறி மாற்றுப் பொருள்கோள் எனப்படும்.

எ-கா: "மாறாக் காதலர் மலைமறந் தனரே
ஆறாக் கட்பனி வரலா னாவே
வேறா மென்றோள் வளைநெகி ழும்மே
கூறாய் தோழி யான்வாழு மாறே"

இப்பாடலில், எந்த அடியை எங்கே கூட்டினாலும், பொருளும் ஓசையும் வேறுபடாமல் வந்துள்ளது. ஆகவே, இஃது அடிமறிமாற்றுப்பொருள்கோள் ஆகும்.

உவமானம், உவமேயம் : ஒரு பொருளை விளக்குவதற்கு ஒப்பாக வரும் பொருளை 'உவமானம்' என்றும், அதனால் விளக்கப்படும் பொருளை 'உவமேயம்' என்றும் கூறுவர்.

உவமை தோன்றும் விதம் : பண்பு, பயன், தொழில், வடிவம் என்ற நான்கின் அடிப்படையில் உவமை தோன்றும்.

1. பவளம் போன்ற சிவந்த வாய் - பண்புவமை
பண்பு - நிறம், குணம்.

2. காளை போல ஓடினான் - தொழிலுவமை
ஓடுதல் - தொழில்

3. மழை போல கொடுக்கும் கை - பயன் உவமை

4. உடுக்கை போன்ற இடை - வடிவ உவமை

உடுக்கை - ஒரு வகை இசைக்கருவி.

உவம உருபுகள் : போல, புரைய, ஒப்ப, உறழ, மான, கடுப்ப, இயைய, ஏய்ப்ப, நேர, நிகர, அன்ன, இன்ன - இவையெல்லாம் உவம உருபுகள் ஆகும்.

விரியுவமை : போல, புரைய, ஒப்ப - போன்ற உவம உருபுகள் பொருள் தெரியும்படி வெளிப்படையாக வந்தால் அது விரியுவமை எனப்படும்.

எ-கா: தாமரை போல அழகிய முகம்.

தொகையுவமை : போல, புரைய, ஒப்ப - இவை போன்ற உவம உருபுகள் மறைந்து வந்தால் அது தொகையுவமை எனப்படும்.

தொகை - மறைந்து வருதல்.

எ-கா: நிலாமுகம். - இதில் 'போல' என்னும் உவம உருபு 'நிலா' என்னும் சொல்லுக்கும் 'முகம்' என்னும் சொல்லுக்கும் இடையே மறைந்துள்ளது.

பெயரெச்சம் : திணை, பால்காட்டும் விகுதி குறைந்து, எச்சமாய் நின்று, செய்பவன், கருவி, நிலம், செயல், காலம், செயப்படு பொருள் என்னும் ஆறனுள் ஒன்றைக் குறித்து பெயரைக் கொண்டு முடியும் வினைச்சொல் பெயரெச்சம் எனப்படும்.

எ-கா: கந்தன் பாடம் படித்தான்.

1. செய்பவன் - கந்தன்
2. கருவி - புத்தகம்
3. நிலம் - வகுப்பறை
4. செயல் - படித்தல்
5. காலம் - இறந்த காலம்
6. செயப்படுபொருள் - பாடம்

கால வகையால் பெயரெச்சத்தின் வகைகள் : பெயரெச்சம் கால வகையால் மூன்று வகைப்படும். அவை யாவன: 1. இறந்த காலப் பெயரெச்சம், 2. நிகழ்காலப் பெயரெச்சம், 3. எதிர்காலப் பெயரெச்சம் என்பன.

எ-கா: 1. இறந்த காலப் பெயரெச்சம் (வந்த மாணவன்)
2. நிகழ்காலப் பெயரெச்சம் (வருகின்ற மாணவன்)
3. எதிர்காலப் பெயரெச்சம் (வரும் மாணவன்)

வினையெச்சம் : தொழிலையும், காலத்தையும் உணர்த்தி, திணை, பால் காட்டும் விகுதி குறைந்து - வினையைக் கொண்டு முடியும் எச்சவினை, வினையெச்சம் எனப்படும்.

எ-கா: பார்த்துச் சென்றான்.

கால வகையால் வினையெச்சத்தின் வகைகள் : வினையெச்சம் கால வகையால் மூன்று வகைப்படும். அவையாவன:

1. இறந்த கால வினையெச்சம் 2. நிகழ்கால வினையெச்சம் 3. எதிர்கால வினையெச்சம் என்பனவாகும்.

எ-கா: 1. இறந்தகால வினையெச்சம் (கண்டு சென்றான்)
2. நிகழ்கால வினையெச்சம் (பொழுது விடிகிறது)
3. எதிர்கால வினையெச்சம் (வந்தால் மகிழ்வான்)

பலவகை வினையெச்ச வாய்பாடுகள் : செய்து, செய்பு, செய்யா, செய்யூ, செய்தென - ஆகிய ஐந்து வாய்பாடுகளும் இறந்த கால வினையெச்ச வாய்பாடுகளாகும்.

'செய' என்னும் வாய்பாடு ஒன்று மட்டும் நிகழ்கால வினையெச்ச வாய்பாடாகும்.

செயின், செய்யிய, செய்யியர் என்னும் மூன்று வாய்பாடுகளும் எதிர்கால வினையெச்ச வாய்பாடுகளாகும். இவற்றோடு வான், பான், பாக்கு என்பவையும் எதிர்கால வினையெச்ச வாய்ப்பாடாகும்.

ஈறுகெட்ட எதிர்மறைப் பெயரெச்சம் : எதிர்மறைப் பொருளை உணர்த்தி வரும் பெயரெச்சம் ஈற்றெழுத்து (விகுதி) கெட்டு வருமானால், அஃது ஈறு கெட்ட எதிர்மறைப் பெயரெச்சமாகும்.

எ-கா: ஓடாக்குதிரை, பாயா வேங்கை

ஓடாத குதிரை, பாயாத வேங்கை என்னும் எதிர்மறைப் பெயரெச்சங்கள் 'த' என்னும் ஈறுகெட்டு (இறுதி எழுத்து மறைந்து) வந்தன.

ஈறுகெட்ட எதிர்மறை வினையெச்சம் : எதிர்மறைப் பொருளை உணர்த்திவரும் வினையெச்சத்தின் ஈற்றெழுத்து (விகுதி) கெட்டு வருமானால் அஃது ஈறுகெட்ட எதிர்மறை வினையெச்சமாகும்.

எ-கா: பெய்யாக் கொடுக்கும்; தோன்றாக் கெடும்.

இத்தொடர்களில் பெய்யாது, தோன்றாது என்னும் எதிர்மறை வினையெச்சங்கள் 'து'என்னும் விகுதி கெட்டு வந்தன.

செய்யா என்னும் வாய்ப்பாட்டு வினையெச்சம் : செய்யா என்னும் வாய்ப்பாட்டு வினையெச்சம் எதிர்மறைப் பொருளை உணர்த்தாமல், செய்து என உடன்பாட்டுப் பொருளை உணர்த்தி வரும். அது செய்யா என்பது போல வருதலால், செய்யா என்னும் வாய்ப்பாட்டு வினையெச்சம் எனப்பட்டது.

எ-கா: பெய்யாக் கொடுக்கும் பிறர்க்கு - இது பெய்து கொடுக்கும் எனப் பொருள்படுவதால், பெய்யா என்பது செய்யா என்னும் வாய்பாட்டு வினையெச்சம் ஆகும்.

முற்றெச்சம் : வினைமுற்று எச்சப் பொருள்பட வருவது முற்றெச்சம் எனப்படும். தெரிநிலை வினைமுற்று வினையெச்சப் பொருளிலும், குறிப்பு வினைமுற்று வினையெச்சம், பெயரெச்சம் ஆகிய இரு பொருள்களிலும் வரும்.

எ-கா: கண்டனன் வந்தான் - கண்டனன் என்னும் தெரிநிலை வினைமுற்று, கண்டு என்னும் வினை யெச்சப் பொருளைத் தந்தது.

வில்லினன் வீரன் வந்தான் - வில்லினன் என்னும் குறிப்பு வினைமுற்று வில்லை உடைய (வீரன்) என பெயரெச்சப் பொருளைத் தந்தது.

வீரன் வில்லினன் வந்தான் - என்னும் குறிப்பு வினை முற்று வில்லை உடையவனாய் என வினையெச்சப் பொருளைத் தந்தது.

உயிர்முதல்: சொல்லின் முதலில் உயிரெழுத்து வந்தால் உயிர் முதல் எனப்படும்.

எ-கா: அன்னை, ஆடு, ஏணி போன்றவை.

மெய்முதல்: சொல்லின் முதலில் மெய்யெழுத்து வந்தால் மெய்முதல் எனப்படும்.

எ-கா: தந்தை - உயிர்மெய்யில் மெய்யொலி முன்னும் உயிரொலி பின்னுமாய் அமைந்திருத்தலின் மெய் முதலாயிற்று. (குறிப்பு: தனித்த மெய்யெழுத்து மொழிக்கு முதலில் வராது.)

மொழிக்கு இறுதியில் வரும் எழுத்துகள்: உயிரெழுத்து களில் 'எ' தவிர ஏனைய பதினொரு எழுத்துகளும், 'ங்' நீங்கலாக உள்ள ஐந்து மெல்லின எழுத்துகளும், இடையின மெய்யெழுத்துகள் ஆறும் ஆக மொத்தம் இருபத்திரெண்டு எழுத்துகளும் (22) மொழிக்கு இறுதியில் வரும். குற்றியலுகரமும் மொழிக்கு இறுதியில் வரும்.

செய்யுள் விகாரங்கள் : செய்யுளில் அடி, தொடை முதலியவற்றை நோக்கி வரும் மாறுபாடுகள் செய்யுள் விகாரம் எனப்படும். செய்யுள் விகாரம் ஆறு வகைப்படும். அவையாவன.

1. வலித்தல் விகாரம், 2. மெலித்தல் விகாரம் 3. நீட்டல் விகாரம் 4. குறுக்கல் விகாரம் 5. விரித்தல் விகாரம் 6. தொகுத்தல் விகாரம் என்பனவாகும். அடி, தொடை நோக்கி முதற்குறை, இடைக்குறை, கடைக்குறையும் செய்யுளில் வரும். இவற்றையும் சேர்த்தால் செய்யுள் விகாரம் ஒன்பது வகைப்படும்.

1. வலித்தல் : ஒரு செய்யுளில் எதுகை, மோனை இயைபு நோக்கி மெல்லின எழுத்து தனக்கு இனமான வல்லின மெய்யாகத் திரிவது (மாறுவது) வலித்தல் விகாரம் எனப்படும்.

எ-கா: "அரக்கரோர் அழிவு செய்து கழிவரேல்
          அதற்கு வேறோர்
    குரக்கினத் தரசைக்கொல்ல மனுநெறி
          கூறிற் றுண்டோ?"

இப்பாடலில் இரண்டாம் அடியில் இயல்பாக வரவேண்டிய குரங்கு என்ற சொல், முதலடியில் உள்ள அரக்கர் என்ற சொல்லை நோக்கி எதுகைக்காகக் குரக்கு என விகாரப்பட்டு வந்ததால் வலித்தல் விகாரமாயிற்று.

2. மெலித்தல் விகாரம் : ஒரு சொல்லில் உள்ள வல்லெழுத்து அடி, தொடை நோக்கி அதற்கு இனமான மெல்லின மெய்யாகத் திரிந்து நிற்பது மெலித்தல் விகாரமாகும்.

எ-கா: "தண்டை இனக்கிளி கடிவோள்
       பண்டையாள் அல்லள் மானோக் கினளே"

இப்பாடலின் முதலடியில் தட்டை என்றே வர வேண்டும். இரண்டாம் அடியின் பண்டையள் அல்லள் என்ற சொல்லிற்கு எதுகைப் பொருத்தம் வேண்டி 'தண்டை' என்று விகாரப்பட்டு வந்ததால் மெலித்தல் விகாரமாயிற்று.

(தட்டை என்பது பண்டைக்காலத்தில் கிளியோட்டும் கருவியாக இருந்தது)

3. நீட்டல் விகாரம் : ஒரு சொல்லில் உள்ள குற்றெழுத்து அடி, தொடை நோக்கி நெட்டெழுத்தாக நீண்டு வருவது - நீட்டல் விகாரமாகும்.

எ-கா: "மூசுவண்டறைப் பொய்கையும் போன்றதே
       ஈசன் எந்தை இணையடி நீழலே"

இப்பாடலின் அடியில் 'நிழல்' என்று வரவேண்டிய சொல் எதுகை மோனைக்காகவும், இனிய இசையைத் தருவதற்காகவும் 'நீழல்' என்று நீண்டது. நீட்டல் விகாரமாயிற்று.

4. குறுக்கல் விகாரம் : ஒரு சொல்லில் உள்ள நெட்டெழுத்து அடி, தொடை நோக்கி குற்றெழுத்தாக வருவது குறுக்கல் விகாரமாகும்.

எ-கா: நன்றென்றேன் தியேன். இவ்வரியில் 'தீயேன்' என்று வரவேண்டிய சொல் குறுகி 'தியேன்' என்று வந்தது. இவ்வாறு வருவது குறுக்கல் விகாரமாகும்.

5. **விரித்தல் விகாரம்** : ஒரு சொல் அடி, தொடை நோக்கி விரிந்து நிற்பது விரித்தல் விகாரம் ஆகும்.

எ-கா: ''சென்றடையாத திருவுடையானை
சிராப்பள்ளிக்குன்றுடையானை
கூற வென்னுள்ளம் குளிரும்மே''

இப்பாடலில் 'குளிருமே' என்பது 'குளிரும்மே' என்று விரிந்தது. இவ்வாறு வருவது விரித்தல் விகாரமாகும்.

6. **தொகுத்தல் விகாரம்** : சொல் அல்லது தொடர் அடி, தொடை நோக்கி எழுத்துக் குறைந்து வருவது தொகுத்தல் விகாரமாகும்.

எ-கா: ''தொட்டனைத் தூறும் மணற்கேணி; மாந்தர்க்குக் கற்றனைத் தூறும் அறிவு''

'தொட்டது அனைத்து' என்றும், 'கற்றது அனைத்து' என்றும் வர வேண்டியவை, 'தொட்டு' 'கற்று' என வந்து தொகுத்தல் விகாரமாயிற்று.

முதற்குறை : செய்யுளில் வரும் ஒரு சொல்லின் முதல் எழுத்து குறைந்து வருவது முதற்குறையாகும்.

எ-கா: 'மரையிதழ் புரையும் அஞ்செஞ் சீரடி' இவ்வரியில் தாமரை இதழ் என்னும் தொடர், மரையிதழ் என்று முதலெழுத்து நீங்கி, முதற்குறையாயிற்று.

இடைக்குறை : செய்யுளில் வரும் சொல்லின் இடை எழுத்து குறைந்து வருவது இடைக்குறையாகும்.

எ-கா: 'என்னனைக்கிலங்கு மார்பம் ஈந்தானை' - இத்தொடரில் அன்னைக்கு என்ற தொடரின் இடை எழுத்து குறைந்து அனைக்கு என்றாகி இடைக்குறை விகாரமாயிற்று.

கடைக்குறை : செய்யுளில் வரும் சொல்லின் இறுதி எழுத்து குறைந்து வருவது கடைக்குறையாகும்.

எ-கா: 'நீல் உண்துகிலிகை கடுப்ப'

'நீலம்' - என்ற சொல்லின் இறுதியில் உள்ள 'அம்' குறைந்து 'நீல்' என நின்று கடைக்குறையாயிற்று.

உடம்படுமெய் : நிலை மொழியின் இறுதியிலும், வருமொழி முதலிலும் உயிரெழுத்துகள் வருமாயின், அவ்வெழுத்துகள் ஒன்றுபடுவதில்லை. தனித்தே நிற்கும். அவ்வெழுத்துகளை உடன்படுத்தும் மெய்யாக யகரமும் வகரமும் தோன்றும். இந்த எழுத்துகளை உடம்படு மெய் என்று இலக்கண ஆசிரியர்கள் கூறுவர்.

எ-கா: 1. மணி + அடி = மணியடி - யகர உடம்படு மெய்
      2. மா + இலை = மாவிலை - வகர உடம்படு மெய்

(குறிப்பு: நிலைமொழி என்பது நிலையாக ஒரே இடத்தில் இருப்பது. வருமொழி என்பது வந்து சேரும் மொழியாகும்.

எ-கா: வாழை + பழம் = வாழைப்பழம் இதில் 'வாழை' என்பது நிலைமொழி. 'பழம்' என்பது வருமொழி.

யகரம் - 'ய' என்னும் எழுத்து

வகரம் - 'வ' என்னும் எழுத்து.)

◻◻◻

3. பொருள் இலக்கணம்

அகப்பொருள் : ஒத்த அன்புடைய தலைவனும் தலைவியும் தம்முள் அனுபவிக்கும் இன்பமே அகப்பொருள் எனப்படும். இவ்வன்பு யார் கண்ணுக்கும் புலப்படாமல் மனதிற்குள்ளேயே தோன்றி இன்பம் பயப்பதால் அகம் எனப்பட்டது.

புறப்பொருள் : புறத்தார்க்குக் கூறக்கூடியதாய் அமைந்த அறம், பொருள் ஆகியவற்றைப் பற்றிக் கூறுவது புறப்பொருள் எனப்படும். இது காண்பார் கண்ணுக்குப் புலப்பட்டு நிற்பதால் புறப்பொருள் எனப்படும்.

அன்பின் ஐந்திணை : திணை என்ற சொல்லுக்கு ஒழுக்கம் என்பது பொருள். 1. குறிஞ்சி 2. முல்லை 3. மருதம் 4. நெய்தல் 5. பாலை ஆகிய ஐந்தும் அன்பின் ஐந்திணை எனப்படும். அன்பு அகத்தில் (உள்ளத்தில்) தோன்றுவதால் இவை அகப்பொருள் திணைகள் என்றும் கூறப்படும்.

முதற்பொருள் : ஒவ்வொரு திணைக்கும் உரிய நிலமும், பொழுதும் முதற்பொருள் எனப்படும்.

கருப்பொருள் : ஐவகை நிலங்களுக்கும் உரிய தெய்வம், உயர்ந்தோர், தாழ்ந்தோர், உணவு, பறவை, விலங்கு, ஊர், நீர், பூ, மரம், பண், யாழ், பறை, தொழில் ஆகிய பதினான்கும் கருப்பொருள் எனப்படும். இவை ஒவ்வொரு ஊரிலும் கருக்கொண்டு (நிலையாக) இருத்தலின் கருப்பொருள் எனப்பட்டன.

உரிப்பொருள் : ஒவ்வொரு நிலத்திற்கும் உரிய அகப்பொருள் ஒழுக்கம் உரிப்பொருள் எனப்படும்.

ஐவகை நிலங்களுக்குரிய உரிப்பொருள்கள் :

1. குறிஞ்சி : தலைவனும் தலைவியும் காண்டலும், காண்டற்குரிய நிமித்தமும்.

2. முல்லை : இருத்தலும் இருத்தல் நிமித்தமும்.

3. மருதம் : ஊடலும் ஊடல் நிமித்தமும்

4. நெய்தல் : இரங்கலும் இரங்கல் நிமித்தமும்

5. பாலை : பிரிதலும் பிரிதல் நிமித்தமும்

நிலமும் நிலத்தின் வகைகளும் : நிலம் ஐந்து வகைப்படும். அவையாவன: 1. குறிஞ்சி, 2. முல்லை, 3. மருதம், 4. நெய்தல், 5. பாலை என்பன.

1. குறிஞ்சி: மலையும் மலையைர் சார்ந்த இடமும்.

2. முல்லை: காடும், காடு சார்ந்த இடமும்.

3. மருதம்: வயலும், வயல் சார்ந்த இடமும்.

4. நெய்தல்: கடலும், கடல் சார்ந்த இடமும்.

5. பாலை: மணலும், மணல் சார்ந்த இடமும்.

(குறிப்பு: தொல்காப்பியர் காலத்தில் நிலங்கள் குறிஞ்சி, முல்லை, மருதம், நெய்தல் என நான்கு மட்டுமே இருந்தன. சிலப்பதிகாரத்தில்தான் முதன் முதலில் பாலை என்றொரு தனித்த நிலம் தோன்றியது. அன்று முதல் நிலங்கள் 1. குறிஞ்சி 2. முல்லை 3. மருதம் 4. நெய்தல் 5. பாலை என ஐவகையாயின.

ஐந்து வகை நிலங்களையும் கவனத்தில் வைக்க எளிய வழி : மழையானது முதன் முதலில் உயர்ந்த மலைகளின் மீதே பெய்யும். எனவே, மலையும், மலையைச் சார்ந்த இடமும் குறிஞ்சி என நினைவில் வைக்க வேண்டும்.

மலைமேல் பெய்த மழையானது மலையைச் சூழ்ந்துள்ள காட்டில் பெய்யும். எனவே, காடும், காடு சார்ந்த இடமும் முல்லை என நினைவில் வைக்க வேண்டும். காட்டுக்குப் பக்கத்திலேயே வயல்கள் இருக்கும். காட்டில் ஓடும் நீரானது அடுத்து வயல்களில் பாயும். எனவே, வயலும், வயல் சார்ந்த இடமும் மருதம் என நினைவில் வைக்க வேண்டும். வயல்களில் பாய்ந்த எஞ்சிய நீரானது கடலைச் சென்று அடையும். எனவே, கடலும், கடல் சார்ந்த இடமும் நெய்தல் என நினைவில் வைக்க வேண்டும். பாலை என்பது தனித்த ஒரு நிலமாகும். அது முல்லை நிலமும், குறிஞ்சி நிலமும் அதிக வெயில் காலத்தில் நீர் வற்றி நடந்து செல்வதற்கு அரிய கடின நிலமாக மாறி விடும். எனவே, அது பாலை எனப்படும்.

பொழுது : பொழுது இரண்டு வகைப்படும். அவை யாவன: 1. பெரும்பொழுது, 2. சிறுபொழுது பெரும் பொழுது என்பது ஆண்டின் கூறுபாடு ஆகும். சிறுபொழுது என்பது ஒரு நாளின் கூறுபாடு ஆகும்.

பெரும்பொழுது : 1. இளவேனில் - சித்திரை, வைகாசி 2. முதுவேனில் - ஆனி, ஆடி; 3. கார் - ஆவணி, புரட்டாசி 4. குளிர் - ஐப்பசி, கார்த்திகை; 5. முன்பனி - மார்கழி, தை; 6. பின் பனி - மாசி, பங்குனி என்பனவாகும்.

சிறுபொழுது : 1. காலை, 2. நண்பகல், 3. எற்பாடு, 4. மாலை, 5. யாமம், 6. வைகறை என ஆறு வகையாகும்.

ஐவகை நிலங்களுக்குரிய முதற்பொருள்கள்:

1. நிலம் - குறிஞ்சி

 1. பெரும்பொழுது - குளிர்காலம், முன்பனிக்காலம்,
2. சிறுபொழுது - யாமம்.

2. நிலம் - முல்லை

1. பெரும்பொழுது - கார்காலம்; *2.* சிறுபொழுது - மாலைக்காலம்.

3. நிலம் - மருதம்

1. பெரும்பொழுது - ஆறு பெரும் பொழுதுகள்; *2.* சிறுபொழுது - வைகறை காலை

4. நிலம் - நெய்தல்

1. பெரும்பொழுது - ஆறு பெரும்பொழுதுகள்; *2.* சிறுபொழுது - எற்பாடு

5. நிலம் - பாலை

1. பெரும்பொழுது - இளவேனில், முதுவேனில், பின்பனி, *2.* சிறு பொழுது - நண்பகல்.

ஐவகை நிலங்களுக்கும் உரிய கருப்பொருள்களுள் ஆறு எழுதுதல் :

1. குறிஞ்சி : *1.* தெய்வம் - முருகன்; *2.* மக்கள் - பொருப்பன், கொடிச்சி. *3.* விலங்கு - யானை, புலி, கரடி; *4.* பூ. - குறிஞ்சிப்பூ, காந்தள். *5.* யாழ் - குறிஞ்சி யாழ்; *6.* உணவு - மலைநெல், தினை.

2. முல்லை : *1.* தெய்வம் - திருமால்; *2.* மக்கள் - நாடன், இடையர்; *3.* விலங்கு - மான், முயல்; *4.* பூ - முல்லைப்பூ; *5.* யாழ் - முல்லையாழ்; *6.* ஊர் - பாடி, சேரி.

3. மருதம் : *1.* தெய்வம் - இந்திரன்; *2.* மக்கள் - ஊரன், மகிழ்நன்; *3.* விலங்கு - எருமை, நீர்நாய்; *4.* பூ - தாமரைப்பூ; *5.* யாழ் - மருத யாழ்; *6.* ஊர் - பேரூர், மூதூர்.

4. நெய்தல் : *1.* தெய்வம் - வருணன்; *2.* மக்கள் - சேர்ப்பன், துறைவன்; *3.* விலங்கு - சுறாமீன், முதலை. *4.* பூ - நெய்தல்; *5.* யாழ் - விளரி யாழ்; *6.* உணவு - மீன்.

5. பாலை : *1.* தெய்வம் - துர்க்கை; *2.* மக்கள் - விடலை, மறவர் *3.* விலங்கு - செந்நாய்; *4.* பூ - குராஅம்பூ; *5.* யாழ் - பாலைவாழ்; *6.* உணவு - வழிப்பறித்தன; கொள்ளை யடித்தன.

புறப்பொருள் திணைகள் : புறப்பொருள் திணைகள் பன்னிரண்டு ஆகும். அவையாவன: *1.* வெட்சித்திணை *2.* கரந்தைத் திணை *3.* வஞ்சித்திணை *4.* காஞ்சித்திணை *5.* உழிஞைத்திணை *6.* நொச்சித்திணை *7.* தும்பைத் திணை *8.* வாகைத்திணை *9.* பாடாண் திணை *10.* பொதுவியல் திணை *11.* கைக்கிளைத்திணை *12.* பெருந்திணை என்பனவாகும்.

1. வெட்சித்திணை : பகைவர் பசுக்கூட்டங்களைக் கவர்ந்து வருதல். இவ்வீரர் வெட்சிப்பூ சூடுவர்.

2. கரந்தைத்திணை : பகைவர் கவர்ந்து சென்ற பசுக்களை மீட்டு வருதல். இவ்வீரர் கரந்தைப் பூவைச் சூடுவர்.

3. வஞ்சித்திணை : பகைவர் நாட்டின் மேல் படை யெடுத்துச் செல்லல். இவ்வீரர் வஞ்சிப்பூவைச் சூடுவர்.

4. காஞ்சித்திணை : படையெடுத்து வந்த பகைவர், நாட்டில் புகாதபடி எதிர்சென்று தடுத்தல். இவ்வீரர் காஞ்சிப்பூவைச் சூடுவர்.

5. உழிஞைத்திணை : பகைவர்களுடைய மதிலை வளைத்துப் போர் புரிதல். இவ்வீரர் உழிஞைப் பூவைச் சூடுவர்.

6. நொச்சித்திணை : பகைவர் மதிலைக் கைப்பற்றாத வாறு காத்தல். இவ்வீரர் நொச்சிப்பூவைச் சூடுவர்.

7. தும்பைத்திணை : இரு திறத்துப் போர் வீரர்களும் பரந்த போர்க்களத்தில் எதிர் எதிர் நின்று போர் புரிதல். இரு திறத்தாரும் தும்பைப் பூவைச் சூடுவர்.

8. வாகைத்திணை : பகைவரை வென்றவர் வெற்றி விழாக் கொண்டாடுவர். இவர்கள் வாகைப்பூவைச் சூடுவர்.

9. பாடாண்திணை : பாடப்படும் ஆண் மகனுடைய வீரம், கொடை, கல்வி, புகழ் போன்றவற்றைக் கூறுவது.

10. பொதுவியல்திணை : மேற்கூறிய புறத்திணை களுக்குப் பொதுவாய் அமைந்தனவும், அவற்றுள் அடங்காதனவும் பொதுவியல் திணை எனப்படும்.

11. கைக்கிளைத்திணை : ஆண், பெண் ஆகிய இருவரில் யாராவது ஒருவரிடம் மட்டும் தோன்றும் அன்பு கைக்கிளைத் திணை எனப்படும். இது ஒருதலைக்காமம் எனவும் கூறப்படும்.

12. பெருந்திணை : ஒத்த தலைவனும், தலைவியும் அல்லாதார் இடத்து உண்டாகும் அன்பு பெருந்திணை எனப்படும். இது பொருந்தாக் காமம் எனவும் அழைக்கப்படும்.

4. யாப்பிலக்கணம்

யாப்பிலக்கணம் : பாடல் (செய்யுள்) இயற்றுவதற் குரிய விதிகளை விரிவாகக் கூறும் இலக்கணத்திற்கு யாப்பிலக்கணம் என்று பெயர்.

யாப்பின் உறுப்புகள் : யாப்பு (செய்யுளின்) உறுப்புகள் ஆறு ஆகும். அவை: 1. எழுத்து, 2. அசை, 3. சீர், 4. தளை, 5. அடி, 6. தொடை என்பனவாகும்.

யாத்தல் - கட்டுதல்

அசை : எழுத்துகள் தனித்தோ, இணைந்தோ தக்க ஒலியுடன் சீருக்கு உறுப்பாகி நின்றால் அசை எனப்படும்.

அசையின் வகைகள் : அசை இரண்டு வகைப்படும். அவை: 1. நேரசை, 2. நிரையசை என்பனவாகும்.

நேரசை : தனிக்குற்றெழுத்து அல்லது தனி நெட் டெழுத்து, மெய்யெழுத்துடன் சேர்ந்தோ, சேராமலோ வருவது நேரசையாகும்.

எ-கா: க - தனிக்குற்றெழுத்து
கல் - தனிக்குற்றெழுத்தும் மெய்யெழுத்தும்
கா - தனி நெட்டெழுத்து
கால் - தனி நெட்டெழுத்தும் மெய்யெழுத்தும்

நிரையசை : இரண்டு குறில் அல்லது குறிலும் நெடிலும் இணைந்து மெய்யெழுத்தோடு சேர்ந்தோ, சேராமலோ வருவது நிரையசையாகும்.

எ-கா: அறு - இரண்டு குறில்
அறம் - இரண்டு குறிலும் மெய்யும்

பலா - குறிலும் நெடிலும்
பலாம் - குறிலும் நெடிலும் மெய்யும்

சீர்: அசைகள் ஒன்றோ, இரண்டோ, மூன்றோ, நான்கோ இயைந்து நிற்பது சீர் எனப்படும்.

ஈரசைச்சீர்கள்: ஈரசைச் சீர்கள் நான்கு ஆகும். அவையாவன 1. நேர் நேர்; 2. நிரை நேர்; 3. நிரை நிரை; 4. நேர் நிரை என்பன. இவற்றை வாய்பாட்டு முறையில் கீழ்க்காணும் முறைப்படி கூறுவர்.

1. நேர் நேர் - தேமா; 2. நிரை நேர் - புளிமா 3. நிரை நிரை - கருவிளம்; 4. நேர்நிரை - கூவிளம்.

இவற்றில் தேமாவும், புளிமாவும் 'மா'வில் முடிவதால் 'மாச்சீர்' என அழைக்கப்படும். கருவிளம், கூவிளம் - இவை இரண்டும் 'விளம்' என முடிவதால் இவை 'விளச்சீர்' என அழைக்கப்படும்.

காய்ச்சீர்: இயற்சீர்களின் இறுதியில் நேர் அசையைச் சேர்த்தால் காய்ச்சீர் வரும். அவற்றை வாய்பாட்டு முறையில் கீழ்க்காணும் முறைப்படி கூறுவர்.

1. நேர் நேர் நேர் - தேமாங்காய்; 2. நிரை நேர் நேர் - புளிமாங்காய்; 3. நிரை நிரை நேர் - கருவிளங்காய்; 4. நேர் நிரை நேர் - கூவிளங்காய்

தளை: சீர்கள் ஒன்றோடொன்று இயைந்து கட்டுப் பட்டு நிற்பது தளை எனப்படும்.

தளை - வகைகள்: தளை நான்கு வகைப்படும். அவையாவன: 1. ஆசிரியத்தளை, 2. வெண்டளை, 3. கலித்தளை, 4. வஞ்சித்தளை என்பனவாகும்.

ஆசிரியத்தளையின் வகைகள் : ஆசிரியத்தளை 1. நேரொன்றாசிரியத்தளை, 2. நிரையொன்றா சிரியத் தளை என இரு வகைப்படும்.

வெண்டளையின் வகைகள்: வெண்டளை 1.இயற்சீர் வெண்டளை 2. வெண்சீர் வெண்டளை என இரு வகைப்படும்.

அடி : அடி ஐந்து வகைப்படும். அவையாவன:

1. குறளடி, 2. சிந்தடி, 3. அளவடி, 4. நெடிலடி, 5. கழிநெடிலடி என்பனவாம்.

1. இரண்டு சீர்களைக் கொண்டது குறளடி.

2. மூன்று சீர்களைக் கொண்டது சிந்தடி

3. நான்கு சீர்களைக் கொண்டது அளவடி

4. ஐந்து சீர்களைக் கொண்டது நெடிலடி

5. ஆறு சீர்களுக்கு மேல் கொண்டது கழிநெடிலடி ஆகும்.

தொடை : தொடுக்கப்படுவது தொடை எனப்படும். தொடை ஐந்து வகைப்படும். அவையாவன: 1. மோனைத் தொடை, 2. எதுகைத்தொடை, 3. முரண் தொடை, 4. இயைபுத் தொடை 5. அளபெடைத் தொடை என்பன வாகும்.

1. மோனைத்தொடை : இது 1. அடிமோனை 2. இணை மோனை 3. பொழிப்பு மோனை 4. ஒரூஉமோனை 5. கூழை மோனை 6. மேற்கதுவாய் மோனை 7. கீழ்க்கது வாய் மோனை 8. முற்றுமோனை என எட்டு வகைப்படும்.

1. **அடிமோனை** : முதலடி முதலெழுத்தும், இரண்டாமடி முதலெழுத்தும் ஒன்றி வருவது அடிமோனை எனப்படும்.

2. முதல் இரண்டு சீர்கள் ஒன்றி வருவது இணை மோனை எனப்படும்.

3. முதலும் மூன்றும் ஒன்றி வருவது பொழிப்பு மோனை எனப்படும்.

4. முதலும் நான்கும் ஒன்றி வருவது ஒரூஉ மோனை எனப்படும்.

5. முதல் மூன்று சீர்கள் ஒன்றி வருவது கூழை மோனை எனப்படும்.

6. முதலொடு மூன்றும் நான்கும் ஒன்றி வருவது மேற்கதுவாய் மோனை எனப்படும்.

7. முதலொடு இரண்டும் நான்கும் ஒன்றி வருவது கீழ்க்கதுவாய் மோனை எனப்படும்.

8. நான்கு சீர்களும் ஒன்றி வருவது முற்றுமோனை எனப்படும்.

2. **எதுகைத்தொடை** : இது 1. அடியெதுகை 2. இணையெதுகை 3. பொழிப்பெதுகை 4. ஒரூஉ எதுகை 5. கூழை யெதுகை 6. மேற்கதுவாயெதுகை 7. கீழ்க்கதுவா யெதுகை 8. முற்றெதுகை என எட்டு வகைப்படும்.

1. **அடியெதுகை** : முதலடி இரண்டாம் எழுத்தும், இரண்டாமடியின் இரண்டாம் எழுத்தும் ஒன்றி வருவது அடியெதுகை எனப்படும்.

2. **இணையெதுகை** : ஓரடியில் முதலிரு சீர்களில் வரும் எதுகை இணையெதுகை எனப்படும்.

3. பொழிப்பெதுகை : ஓரடியில் முதற்சீர், மூன்றாம் சீர்களில் வரும் எதுகை பொழிப்பு எதுகை எனப்படும்.

4. ஒரூஉ எதுகை : ஓரடியில் முதற்சீர், நான்காம் சீர்களில் வரும் எதுகை ஒரூஉ எதுகை எனப்படும்.

5. கூழை எதுகை : ஓரடியில் முதற்சீர், இரண்டாம் சீர், மூன்றாம் சீர்களில் வரும் எதுகை கூழை எதுகை எனப்படும்.

6. மேற்கதுவாய் எதுகை : ஓரடியில் முதற்சீர், மூன்றாம் சீர், நான்காம் சீர்களில் வரும் எதுகை மேற்கதுவாய் எதுகை எனப்படும்.

7. கீழ்க்கதுவாய் எதுகை : ஓரடியில் முதற்சீர், இரண்டாம் சீர், நான்காம் சீர்களில் வரும் எதுகை கீழ்க்கதுவாய் எதுகை எனப்படும்.

8. முற்றெதுகை : ஓரடியிலுள்ள நான்கு சீர்களிலும் வரும் எதுகை முற்றெதுகை எனப்படும்.

முரண்தொடை : ஒன்றுக்கொன்று முரண்பட்ட கருத்தில் மாறுபட்ட சொற்கள் இயைந்து வருவது முரண் தொடை எனப்படும்.

பாக்களின் வகைகள்: பா நான்கு வகைப்படும்.

அவையாவன :

1. வெண்பா 2. ஆசிரியப்பா 3. கலிப்பா 4. வஞ்சிப்பா என்பனவாகும்.

1. வெண்பாவின் பொது இலக்கணம்:

1. வெண்பாவில் ஈற்றடி மூன்று சீர்களாய், ஏனைய அடிகள் நான்கு சீர்களாய் வரும்.

2. இயற்சீர், வெண்சீர் பெற்று வரும்.

3. வெண்டளையே வரும். பிற தளைகள் வராது.

4. செப்பலோசை பெற்று வரும்.

5. ஈற்றுச்சீர் நாள், மலர், காசு, பிறப்பு என்னும் வாய்பாடுகளுள் ஏதேனும் ஒன்றால் முடிவு பெறும்.

வெண்பாவின் வகைகள் : வெண்பா 1. குறள் வெண்பா 2. சிந்தியல் வெண்பா 3. நேரிசை வெண்பா 4. இன்னிசை வெண்பா 5. பஃறொடை வெண்பா என ஐந்து வகைப்படும்.

1. குறள் வெண்பா இரண்டடி உடையது.

2. சிந்தியல் வெண்பா மூன்று அடிகளைக் கொண்டது.

3. நேரிசை வெண்பா நான்கடிகளைக் கொண்டது.

4. இன்னிசை வெண்பாவும் நான்கடிகளைப் பெற்றும் இனிய இசையைப் பெற்றும் வரும்.

5. பஃறொடை வெண்பா 5 முதல் 12 அடிகளுக்கு உட்பட்டு வரும்.

குறள் வெண்பாவின் இலக்கணம் :

1. இரண்டு அடிகளைப் பெற்று வரும். வெண்டளை தவறாது இருத்தல் வேண்டும்.

2. முதலடியில் நான்கு சீரும் இரண்டாமடியில் மூன்று சீரும் பெற்று வரும்.

3. ஈற்றுச்சீர் நாள், மலர், காசு, பிறப்பு என்னும் வாய்பாடுகளுள் ஏதேனும் ஒன்றால் முடிவு பெறும்.

(குறிப்பு: திருக்குறள் முழுவதும் இவ்வமைப்பில் இருப்பதை உணரவும்.)

ஆசிரியப்பாவின் பொது இலக்கணம் :

1. அடிதோறும் நான்கு சீர்கள் இருக்கும்.

2. நேரொன்றாசிரியத்தளையும், நிரையொன்றாசிரியத் தளையும், இயற்சீர் வெண்டளையும் வரும்.

3. குறைந்தது மூன்றடி பெற்று வரும்.

4. இறுதி ஏ, என், ஆய் என முடியும்.

5. அகவலோசை பெற்று வரும்.

ஆசிரியப்பாவின் வகைகள் : *ஆசிரியப்பா நான்கு வகைப்படும். அவையாவன: 1. நேரிசையாசிரியப்பா 2. இணைக்குறளாசிரியப்பா 3. நிலை மண்டில ஆசிரியப்பா 4. அடிமறி மண்டில ஆசிரியப்பா என்பனவாகும்.*

கலிப்பா : *நான்கு சீர்களைப் பெற்று, கலித்தளையால் வரும் பா கலிப்பா ஆகும். இதன் வகைகள் பலவாகும்.*

வஞ்சிப்பா : *சிந்தடியாலும், குறளடியாலும் ஒன்றிய வஞ்சித்தளை, ஒன்றாத வஞ்சித்தளை ஆகியவை பெற்று பல அடிகளோடு வருவது வஞ்சிப்பா ஆகும். இதன் இறுதி ஆசிரியப்பாவைப் போல முடியும்.*

மருட்பா : *முதலடிகள் வெண்பா அடிகளாகவும், பின் அடிகள் ஆசிரிய அடிகளாகவும் அமையுமாறு பாடுவது மருட்பா எனப்படும்.*

மருட்பா - வகைகள் : *பொருள் வகையால் மருட்பா நான்கு வகைப்படும்.*

அவையாவன : 1. புறநிலை வாழ்த்து, 2. கைக்கிளை, 3. வாயுறை வாழ்த்து, 4. செவியறிவுரூஉ என்பனவாகும்.

5. அணி இலக்கணம்

அணி இலக்கணம் : புலவர்கள் தாம் இயற்றும் பாடலில் சொல்லழகும், பொருளழகும், உணர்ச்சி நுட்பமும் கலந்து வரப் பாடல் இயற்றுவர். இப்பான்மை யினை விரித்து விளக்கும் நூலே 'அணியிலக்கணம்' எனப்படும்.

1. உவமையணி : இரண்டு பொருள்களுக்குள் ஒப்புமை தோன்றச் சொல்வது உவமை அணியாகும். நாம் கூறும் பொருள் உவமேயம் எனப்படும். அதற்கு ஒப்புமையாகக் காட்டும் பொருள் உவமை எனப்படும். இவ்விரண் டிற்கும் உள்ள ஒப்புமையைக் காட்டும் சொல் உவம உருபு எனப்படும்.

எ-டு: ''இழுக்க லுடையுழி ஊற்றுக்கோல் அற்றே ஒழுக்கம் உடையார் வாய்ச் சொல்''

விளக்கம் : வழுக்கும் சேற்று நிலத்தில் நாம் வழுக்கி விழாமல் இருப்பதற்கு நம் கையில் உள்ள ஊன்றுகோல் உதவும். அதுபோல, வாழ்வில் துன்பம் ஏற்படும் காலத்தில் பெரியோர்களின் வாய்ச்சொற்கள் நம்மை ஆபத்திலிருந்து காப்பாற்றும்.

இக்குறட்பாவில் ஒழுக்கமுடையோர் வாய்ச்சொற் களுக்கு ஊன்றுகோல் உவமையாக வந்துள்ளது. எனவே, இது உவமையணி எனப்படும்.

2. எடுத்துக்காட்டு உவமையணி : உவமானத்திற்கும், உவமேயத்திற்கும் இடையே 'போல' என்னும் உவம

உருபு மறைந்து வந்தால் அது எடுத்துக்காட்டு உவமை யணி எனப்படும்.

எ-டு: ''அகர முதல எழுத்தெல்லாம் ஆதி
பகவன் முதற்றே உலகு''

விளக்கம் : எழுத்துகள் எல்லாம் 'அ' என்னும் எழுத்தை முதலாகக் கொண்டவை. அதுபோல, இவ்வுலகமும் இறைவனை முதன்மையாகக் கொண்டது என்பது மேற்காணும் குறளின் பொருள்.

'அகரமுதல எழுத்தெல்லாம்' என்னும் அடிக்கும், 'ஆதி பகவன் முதற்றே உலகு' என்னும் அடிக்கும் இடையே (நடுவே) 'போல' என்னும் உவம உருபு மறைந்து வந்துள்ளது. எனவே இது எடுத்துக்காட்டு உவமையணி ஆகும்.

3. **இல்பொருள் உவமையணி :** உலகில் இல்லாத ஒன்றை உவமையாக எடுத்துக் கூறுவது இல்பொருள் உவமையணியாகும்.

எ-கா: கருப்பு சூரியன் வந்தான்.

விளக்கம் : கருப்பு சூரியன் என்பது உலகில் இல்லாத ஒன்றாகும். அதை ஒருவனுக்கு உவமையாகக் கூறியிருப்ப தால் இது இல்பொருள் உவமையணியாகும்.

இல்பொருள் - உலகில் இல்லாத பொருள்.

4. **வஞ்சப்புகழ்ச்சியணி :** ஒன்றைப் புகழ்வது போல இகழ்வதும், இகழ்வது போல புகழ்வதும் வஞ்சப் புகழ்ச்சியணியாகும்.

எ-டு: ''பாரி பாரி என்று பல ஏத்தி

தமிழாசிரியர் தமிழ்ப்பிரியன்

ஒருவற் புகழ்வர் செந்நாப் புலவர்
பாரி ஒருவனும் அல்லன்
மாரியும் உண்டீண் டுலகுபுரப் பதுவே''

விளக்கம் : புலவர் யாவரும் வரையாது வழங்கும் மாரியொன்றிருக்க, (மழை) பாரி பாரி என்றே புகழ்வது எவ்வளவு அறியாமை என்று பாரியைப் பழிப்பது போல வாரி வழங்குவதில் பாரியும் மாரியை (மழைக்கு) நிகர்த்தவன் என்று இறுதியில் புகழ்ந்துள்ளார் கபிலர். இவ்வாறு வருவது வஞ்சப் புகழ்ச்சியணி எனப்படும்.

5. மடக்கணி : ஒரு பாடலில் வந்த சொற்களே மீண்டும் வந்து வேறு பொருள் தருவது மடக்கணியாகும்.

எ-டு: ''அரிவையம் பாகத்தான் அரணொரு மூன் றெய்தோன்
அரிவையம் பாகத்தான் அகம்''

விளக்கம் : இப்பாடலில் அரிவையம்பாகத்தான் என இரண்டு முறை வந்துள்ளது. முதலடியை அரி+வை+அம்பு+ஆகத்தான் எனப்பிரித்து சிவபெருமான் திருமாலை (அரியை) கூர்மையான (வை) அம்பாகக் கொண்டவன் எனவும், இரண்டாமடியில் அரிவை + அம்+பாகத்தான் எனப்பிரித்து சிவபெருமான் பார்வதியை (அரிவை) அழகிய ஒரு பாகத்தில் கொண்டவன் எனவும் பொருள் கொள்ள வேண்டும். இவ்வாறு ஒரே சொல் இரண்டு முறை மடங்கி வந்து வேறு பொருள் தருவது மடக்கணியாகும்.

6. சொற்பொருள் பின்வரும் நிலையணி : ஒரே சொல் மீண்டும் மீண்டும் வந்து அதே பொருள் தருமாயின் அது சொற்பொருள் பின்வரு நிலையணி எனப்படும்.

எ-கா: "நோயெல்லாம் நோய்செய்தார் மேலவாம் நோய்செய்யார்
நோயின்மை வேண்டு பவர்"

விளக்கம் : இக்குறட்பாவில் 'நோய்' என்னும் சொல் பலமுறை வந்துள்ளது. எனினும் அதே பொருளையும் தருகிறது. இவ்வாறு வருவது சொற்பொருள் பின்வரு நிலையணியாகும்.

7. தற்குறிப்பேற்ற அணி : இயல்பாக நிகழும் நிகழ்ச்சியின் மீது கவிஞர் தம் கற்பனைக் கருத்தை ஏற்றிக் கூறுவது தற்குறிப்பேற்ற அணி எனப்படும்.

தன் + குறிப்பு + ஏற்றம் = தற்குறிப்பேற்றம்.

எ-டு: பூமிக்கு மேலே மரங்கள்
ஆனந்தத்தால் தலையாட்டுகின்றனவே!
பூமிக்கு கீழே வேர்கள்
புல்லாங்குழல் வாசிக்கின்றனவோ!

விளக்கம் : இக்கவிதை மு.மேத்தா அவர்கள் இயற்றிய 'கண்ணீர்ப்பூக்கள்' என்னும் நூலில் இடம் பெற்றுள்ளது. காற்று வீசும்போது மரங்கள் அசைவது இயற்கை. ஆனால், கவிஞரோ பூமிக்கு கீழே வேர்கள் புல்லாங்குழல் வாசிப்பதால்தான் மரங்கள் அவ்விசையைக் கேட்டு மகிழ்ச்சியால் தலையாட்டுகின்றன என்று தன் கற்பனையை மரங்களின் மேல் ஏற்றிக் கூறியுள்ளார். இவ்வாறு வருவது தற்குறிப்பேற்ற அணி எனப்படும்.

8. ஏகதேச உருவக அணி : தொடர்புடைய இரண்டு பொருள்களில் ஒன்றை மட்டும் உருவகப்படுத்தி விட்டு, மற்றொன்றை உருவகப்படுத்தாமல் அப்படியே விட்டு, விடுவது ஏகதேச உருவக அணி எனப்படும்.

எ-டு: 'நீலவான ஓடையில் நீந்துகின்ற வெண்ணிலா'

விளக்கம்: மேற்காணும் பாடலடி கவிஞர் வாலி அவர்கள் இயற்றிய 'வாழ்வே மாயம்' என்னும் திரைப்படத்தில் இடம் பெற்றதாகும். இப்பாடல் மிகவும் பிரசித்தி பெற்றது. இப்பாடலடியில் வானத்தை ஓடை எனக் கவிஞர் உருவகப்படுத்தியுள்ளார். வெண்ணிலா வைக்கப்பல் என உருவகப்படுத்தாமல் அப்படியே விட்டு விட்டார். எனவே, இது ஏகதேச உருவக அணியாகும்.

(ஏகம் - ஒன்று; தேசம் - பகுதி)

9. இயல்பு நவிற்சியணி : ஒரு பொருளின் தன்மைகளை உள்ளது உள்ளபடியே கூறுவது இயல்பு நவிற்சியணி எனப்படும்.

எ-டு: ''கற்றதனால் ஆய பயனென்கொல் வாலறிவன்
நற்றாள் தொழாஅர் எனின்''

விளக்கம் : ஒருவர் எவ்வளவு படித்திருந்தாலும் தூய்மையான அறிவுடைய இறைவனின் திருவடிகளை வணங்கவில்லையெனின் அவர் கற்ற கல்வியினால் யாதொரு பயனும் இல்லை என்பது இதன் பொருள். இக்குறட்பாவில் உள்ளது உள்ளபடியே சொல்லப்பட்டிருப்பதால் இது இயல்பு நவிற்சி அணி எனப்படும். இதனை தன்மை நவிற்சியணி என்றும் கூறுவர்.

10. வேற்றுமையணி : ஏதேனும் ஓர் ஒற்றுமையுடைய இரு பொருள்களுக்கு இடையே வேற்றுமை கற்பித்துக்கூறல் வேற்றுமை அணியாகும்.

எ-டு: ''மோப்பக் குழையும் அனிச்சம் முகந்திரிந்து
நோக்கக் குழையும் விருந்து''

விளக்கம் : அனிச்சம் என்னும் ஒரு வகை மலர் மிக மிக மென்மையானது. மோந்து பார்க்கும்போது வெப்பம் ஆற்றாது வாடிவிடும். விருந்தினர், மென்மையான தன்மை வாய்ந்தவர்; வருத்தம் பெறாதவர். இவை அனிச்ச மலருக்கும் நம் இல்லத்திற்கு வரும் விருந்தினருக்கும் உள்ள ஒற்றுமைகள். மோந்தால்தான் அனிச்சம்பூ வாடும். ஆனால் விருந்தினரோ மாறுமுகம் கொண்டு பார்த்தாலே வருத்தம் அடைவர். இவை அனிச்சத்திற்கும், விருந்தின ருக்கும் உள்ள வேற்றுமை. எனவே, இஃது வேற்றுமை அணியாகும்.

11. நிரல் நிரையணி : சில சொற்களை வரிசைப்படுத்தி அச்சொற்களோடு தொடர்புள்ளவற்றையும் முறையாக வரிசைப்படுத்தி அவ்வரிசைப்படி பொருள் கொள்ள வைத்தலே நிரல் நிரையணி எனப்படும்.

எ-கா: "அன்பும் அறனும் உடைத்தாயின் இல்வாழ்க்கை
பண்பும் பயனும் அது"

விளக்கம் : அன்பு, அறன் இரண்டையும் முறையாக நிறுத்தி அன்பே பண்பு எனவும், அறமே பயன் எனவும் அவ்வரிசைப்படியே கூறியதால் இது நிரல்நிரையணி எனப்படும்.

12. இரட்டுற மொழிதலணி : ஒரு சொல் அல்லது சொற்றொடர் இருபொருள்படுமாறு கூறுவது இரட்டுற மொழிதல் அல்லது சிலேடை அணியாகும்.

இரண்டு + உற + மொழிதல் = இரட்டுறமொழிதல்

எ-டு: "வாரிக் களத்தடிக்கும் வந்தபின்பு கோட்டை புகும்
போரில் சிறந்து பொலிவாகும் - சீருற்ற

> செக்கோல மேனித் திருமலை ராயன்வரையில்
> வைக்கோலும் மால்யானை யாம்.''

விளக்கம்: இச்செய்யுள் வைக்கோலுக்கும், யானைக் கும் சிலேடையாக அமைந்துள்ளது.

வைக்கோல்	யானை
1. நெற்களத்தில் வாரி அடிக்கப்படும்.	போர்க்களத்தில் பகைவரை வாரி அடித்துக் கொல்லும்.
2. வீடு வந்து கோட்டையைச் சூழ்ந்திருக்கும்.	பின்பு அரண்மனைக் கோட்டையை வந்து அடையும்.
3. வைக்கோற் போரில் சிறந்து விளங்கும்.	போரில் மற்றப் படைகளை விடச் சிறந்து விளங்கும்.

இவ்வாறு இரு பொருள்பட பாடுதல் சிலேடையாகும்.

13. பிறிது மொழிதல் அணி: புலவர் தாம் கூறக்கருதிய பொருளை வெளிப்படையாகக் கூறாமல், அதனோடு ஒத்த வேறொன்றின் மீது ஏற்றிக் கூறி, தான் கருதிய பொருளைப் பெற வைப்பது பிறிது மொழிதல் அணியாகும்.

எ-டு: ''பீலிபெய் சாகாடும் அச்சிறும் அப்பண்டம்
      சால மிகுத்துப் பெயின்''

விளக்கம்: மயிலிறகு (பீலி) இலேசானது என்றாலும், அதனையே அளவுக்கு மேல் வண்டியில் ஏற்றினால் பாரம் தாங்காது வண்டியின் அச்சு முறிந்துவிடும் என்பது இக்குறள் தரும் நேரான கருத்தாகும். இதன் மூலம் மன்னன் எவ்வளவு வலிமையுடையவனாக இருந்தாலும்

பகைவர்களை எளியவர்கள் என்றெண்ணிப் பெருக்கிக் கொண்டே இருந்தால், அவனுக்குத் துன்பம் நேரும். தோல்வி உண்டாகும் என்பது நாம் பெறும் பொருளாகும். வள்ளுவப் பெருமகனார் இதில் உவமையை மட்டும் கூறிப் பொருளை உணரச் செய்துள்ளார். இவ்வாறு வருவது பிறிது மொழிதல் அணி எனப்படும். இதனை ஒட்டணி எனவும் கூறுவர்.

14. **உயர்வு நவிற்சியணி** : கற்பவரும், கேட்பவரும் வியக்கும்படி ஒன்றின் இயல்பை மிகவும் அதிகப்படுத்தி உரைப்பது உயர்வு நவிற்சியணி எனப்படும்.

எ-டு: 'புயல் தொடு நெடுநிலை மாடத்
 தின்னகர் புகலுமா றெவனோ?'

விளக்கம் : மேற்காணும் பாடல் கம்ப ராமாயணத்தில் இடம் பெற்றுள்ளது. இதில் அயோத்தி மாநகர்ச் சிறப்பை கம்பர் வர்ணித்துள்ளார். உயர்ந்த மாடங்கள் மேகத்தைத் தொடுகின்றன என்று கூறுகின்றார். மிக உயரமான மாடங்கள் என்று கூற வந்த கம்பர் அதனைச் சற்று மிகைப்படுத்தி மேகத்தைத் தொடுகின்ற மாடங்கள் என்று உயர்வு நவிற்சியாகக் கூறினார். இவ்வாறு ஒன்றை மிகவும் உயர்வுபடுத்திக் கூறுவது உயர்வு நவிற்சியணியாகும்.

15. **வேற்றுப் பொருள் வைப்பணி** : ஒரு சிறப்பான பொருளைக் கூறத்தொடங்கி அதனை வலியுறுத்தி முடிக்க, வேறொரு பொதுவான உண்மையை அதனோடு தொடர்புபடுத்திக் கூறுதல் வேற்றுப்பொருள் வைப்பணி யாகும்.

எ-கா: "வால்வினை நுதலிய மங்கலத்து நாள்
 தாழ்வினை யதுவரச் சீரை சாத்தினான்

சூழ்வினை நான்முகத் தொருவன் சூழினும்
ஊழ்வினை ஒருவரால் ஒழிக்கற் பாலதோ''

விளக்கம் : இராமன் மரவுரி உடுத்தான் (மரப்பட்டை களாலான ஆடை) என்ற சிறப்புப் பொருளை, எவ்வளவு உயர்ந்தவராயினும் ஊழ்வினை (முற்பிறவியில் செய்த பாவம்) உறுத்து வந்து (தேடி வந்து) சேருமாயின், அது யாராலும் தடுக்கக் கூடியதன்று என்னும் பொதுப் பொருளோடு தொடர்புபடுத்திக் கூறியதால் இது வேற்றுப்பொருள் வைப்பணியாகும்.

6. வாக்கிய மாற்றங்கள்

வாக்கியங்களின் வகைகள் [Kinds of Sentences]

வாக்கியங்கள் பலவகைப்படும்.

1. செய்வினை வாக்கியம்
2. செயப்பாட்டு வினை வாக்கியம்
3. நேர்க்கூற்று வாக்கியம்
4. அயற்கூற்று வாக்கியம்
5. தன்வினை வாக்கியம்
6. பிறவினை வாக்கியம்
7. செய்தி வாக்கியம்
8. கட்டளை வாக்கியம்
9. வியப்பு வாக்கியம்
10. உடன்பாட்டு வாக்கியம்
11. எதிர்மறை வாக்கியம்
12. எளிய வாக்கியம்
13. தொடர் வாக்கியம்
14. கலவை வாக்கியம்
15. வினா வாக்கியம் - என்பனவாகும்.

1. செய்வினை வாக்கியம் : (Active Voice)

எழுவாய், செயப்படுபொருள், பயனிலை என்ற வரிசையில் வாக்கியம் அமைய வேண்டும். செயப்படு பொருளோடு, 'ஐ' என்னும் இரண்டாம் வேற்றுமை உருபு மறைந்தும், வெளிப்படையாகவும் வரும்.

எ-கா: 1. திருவள்ளுவர் திருக்குறளை எழுதினார்.

இவ்வாக்கியத்தில்

திருவள்ளுவர் - எழுவாய்

திருக்குறள் - செயப்படுபொருள்

எழுதினார் - பயனிலை

ஐ - இரண்டாம் வேற்றுமை உருபு (இது வெளிப்படையாக வந்துள்ளது)

எ-கா : 2

பசு புல் மேய்ந்தது

பசு - எழுவாய்

புல் - செயப்படு பொருள்

மேய்ந்தது - பயனிலை

இதில் 'ஐ' என்னும் இரண்டாம் வேற்றுமை உருபு மறைந்து வந்துள்ளது. (புல் என்னும் சொல்லை 'புல்லை' என ஒலித்தால் அதனுள் 'ஐ' என்னும் இரண்டாம் வேற்றுமை உருபு மறைந்துள்ளதை அறியலாம்.)

செய்வினை வாக்கியத்திற்கு மேலும் சில உதாரணங்கள் :

1. இராமன் இராவணனைக் கொன்றான்.
2. கம்பர் இராமாயணத்தை இயற்றினார்.
3. தமிழக அரசு வள்ளுவர் கோட்டத்தை நிறுவியுள்ளது.
4. தாய் குழந்தைக்கு உணவை ஊட்டினாள்.
5. கண்ணன் குழல் ஊதினான்
6. வள்ளி பாடல் பாடினாள்
7. காமாட்சி பல்லாங்குழி ஆடினாள்
8. வளவன் பாடம் கற்றான்

2. செயப்பாட்டு வினை வாக்கியம் : (Passive Voice)

செயப்படு பொருள், எழுவாய், பயனிலை என்னும் வரிசையில் வாக்கியம் அமைதல் வேண்டும். எழுவாயுடன் 'ஆல்' என்னும் மூன்றாம் வேற்றுமையுருபைச் சேர்க்க வேண்டும். பயனிலையோடு படு, பட்டது, படும் என்னும் துணைவினைகளைச் சேர்க்க வேண்டும்.

எ-கா: சிலப்பதிகாரம் இளங்கோவடிகளால் இயற்றப் பட்டது.

செயப்படுபொருள் : சிலப்பதிகாரம்
எழுவாய் : இளங்கோவடிகள்
பயனிலை : இயற்றப்பட்டது.

செயப்பாட்டு வினை வாக்கியத்திற்கு மேலும் சில உதாரணங்கள் :

1. யானை பாகனால் அடக்கப்பட்டது.
2. பாடல் வள்ளியால் பாடப்பட்டது.
3. உணவு மக்களால் உண்ணப்பட்டது.
4. நடனம் என்னால் ஆடப்பட்டது.
5. மண்பானை குயவனால் வனையப்பட்டது.
6. ஓவியம் மீனாட்சியால் வரையப்பட்டது.
7. புல் குதிரையால் மேயப்படும்.
8. நாடகம் நாளை என்னால் நடிக்கப்படும்.
9. தஞ்சைப் பெரிய கோவில் இராஜராஜனால் கட்டப்பட்டது.
10. பால் பசுவால் கொடுக்கப்பட்டது.
11. பசுக்கள் குழலிசையால் மயக்கப்பட்டன.
12. உழவனால் நெற்பயிர் வளர்க்கப்பட்டது.

செய்வினை வாக்கியத்தை செயப்பாட்டு வினை வாக்கியமாக மாற்றுதல் :

செய்வினை வாக்கியத்தைச் செயப்பாட்டு வினை வாக்கியமாக மாற்ற மூன்று வழிமுறைகளைக் கையாள வேண்டும்.

1. செய்வினை வாக்கியத்தின் எழுவாயைச் செயப்படு பொருளாக மாற்ற வேண்டும். அந்த எழுவாயுடன் மூன்றாம் வேற்றுமை உருபாகிய 'ஆல்' என்னும் மூன்றாம் வேற்றுமை உருபைச் சேர்க்க வேண்டும்.

2. செய்வினை வாக்கியத்தின் செயப்படு பொருளை எழுவாயாக மாற்ற வேண்டும்.

3. செய்வினைப் பகுதியுடன் 'படு' என்னும் செயப்படு பொருளைத்தரும் துணைவினையைச் சேர்க்க வேண்டும்.

எ-கா: 1. கம்பர் இராமாயணத்தைப் பாடினார். (செய்வினை)

இராமாயணம் கம்பரால் பாடப்பட்டது. (செயப்பாட்டு வினை)

எ-கா: 2

வாலி சுக்ரீவனை வென்றான். (செய்வினை)

சுக்ரீவன் வாலியால் வெல்லப்பட்டான். (செயப்பாட்டு வினை)

இதே முறையில் கீழ்வரும் செய்வினை வாக்கியங்களை செயப்பாட்டு வினை வாக்கியங்களாக மாற்றுக.

1. சோழ மன்னன் சேக்கிழாரை வரவேற்றான்.
2. கண்ணதாசன் 'இயேசுகாவியம்' பாடினார்.
3. அமைச்சர் பரிசு வழங்கினார்.

4. பாரதியார் அழியாத இலக்கியங்களை இயற்றியுள்ளார்.
5. மலர்விழி இலக்கணம் கற்றாள்.
6. நான் ஒரு அழகான பாடல் பாடினேன்.
7. கௌரவர்கள் பாண்டவர்களின் நாட்டைப் பிடுங்கினர்.
8. இராமன் சீதையை மணந்தான்.
9. தெரு நாய்கள் பூனையைத் துரத்தின.
10. பாட்டி வெற்றிலை மென்றாள்.
11. கண்ணன் நாய்க்குட்டியைக் காப்பாற்றினான்.
12. மக்கள் விருந்து உண்டனர்.
13. பூனை எலியைப் பிடித்தது.
14. அதிக அளவு உணவு வயிற்றைக் கெடுக்கும்.
15. பேகன் மயிலுக்குப் போர்வை அளித்தான்.
16. கண்ணன் பாண்டவர்களை ஆதரித்தான்.
17. புது செருப்பு காலைக் கடிக்கும்.
18. வள்ளி வளையல் அணிந்தாள்.
19. தேனீக்கள் தேன்கூடு கட்டின.
20. வளவன் தமிழ் கற்றான்.

செயப்பாட்டு வினை வாக்கியத்தை செய்வினை வாக்கியமாக மாற்றுதல் :

எ-கா: சிலப்பதிகாரம் இளங்கோவடிகளால் இயற்றப் பட்டது. (செயப்பாட்டு வினை)

இவ்வாக்கியத்தை செய்வினை வாக்கியமாக மாற்ற வேண்டுமானால் எழுவாயில் உள்ள (இளங்கோவடி களால்) 'ஆல்' என்னும் மூன்றாம் வேற்றுமை உருபை நீக்கிவிட வேண்டும். வாக்கியத்தின் நடுவில் உள்ள எழுவாயை (இளங்கோவடிகள்) முதலில் கொண்டு வர

வேண்டும். எழுவாய்க்குப் பொருத்தமான வினைச் சொல்லைக் கொடுக்கப்பட்ட வாக்கியத்தின் இறுதியிலிருந்து உருவாக்கிக் கொள்ள வேண்டும். இப்பொழுது அந்த செயப்பாட்டு வினை வாக்கியம் செய்வினை வாக்கியமாக மாறி விடும்.

மேலே கொடுக்கப்பட்டுள்ள செயப்பாட்டு வினை வாக்கியத்தைச் செய்வினை வாக்கியமாக மாற்றலாமா!

இளங்கோவடிகள் சிலப்பதிகாரம் இயற்றினார். *(செய்வினை)*

கீழ்வரும் செயப்பாட்டு வினை வாக்கியங்களைச் செய் வினையாக மாற்றுக :

1. புலவர்கள் அரசர்களால் போற்றப்பட்டனர்.
2. மக்கள் யானையால் வாழ்த்தப்பட்டனர்.
3. சுவையான உணவு கண்ணனால் உண்ணப்பட்டது.
4. ஏழைகள் பணக்காரனால் ஏமாற்றப்படுகின்றனர்.
5. புள்ளி மான் புலியால் கொல்லப்பட்டது.
6. நாட்டியம் மான்விழியால் ஆடப்பட்டது.
7. அமுதம் தேவர்களால் பெறப்பட்டது.
8. மருந்து மருத்துவரால் அளிக்கப்பட்டது.
9. மாம்பழம் கோபியால் பறிக்கப்பட்டது.
10. இனிய சொற்கள் பெரியோரால் பேசப்படும்.
11. நீதிக்கருத்துகள் திருக்குறளால் எடுத்துரைக்கப்படுகின்றன.
12. கண்ணாடி வேலனால் உடைக்கப்பட்டது.
13. உணவு அம்மாவால் சமைக்கப்பட்டது.
14. காந்தியடிகள் மக்களால் போற்றப்படுகிறார்.
15. கரும்பு எறும்புகளால் சூழப்பட்டது.

16. செயற்கைக்கோள் அறிவியல் அறிஞர்களால் செலுத்தப்பட்டது.
17. சதம் டெண்டுல்கரால் அடிக்கப்பட்டது.
18. பெரிய புராணம் சேக்கிழாரால் பாடப்பட்டது.
19. வானவில் எங்களால் இரசிக்கப்பட்டது.
20. கொடுமைகள் பெரியோரால் பொறுத்துக் கொள்ளப்படும்.

3. நேர்க்கூற்று வாக்கியம் : (Direct Speech)

ஒருவர் சொல்வதை அவர் சொல்வதைப் போலவே எவ்வித மாறுபாடும் இல்லாமல் அப்படியே கூறுவது நேர்க்கூற்று வாக்கியமாகும்.

எ-கா: ஆசிரியர், ''கந்தா செய்யுளைப் படி'' என்று கூறினார்.

பின்குறிப்பு: சொல்பவர் கூற்று ஆரம்பமாகுமிடத்தில் இரட்டை மேற்கோள் குறி இட வேண்டும் ('' '')

நேர்க்கூற்று வாக்கியங்கள் சில கீழே தரப்பட்டுள்ளன:

1. ''நான் உண்மை பேசினேன்; வாழ்வில் உயர்ந்தேன்'' என்று ஆசிரியர் கூறினார்.

2. கலைச்செல்வன் வள்ளியிடம், ''நான் நாளை பள்ளிக்கு வரமாட்டேன்'' என்று கூறினான்.

3. ''நான் நாளை கூட்டத்தில் பேசுவேன்'' என்று தலைவர் கூறினார்.

4. ''காலையில் வா. உன் ஊதியத்தைத் தருகிறேன்'' என்று முதலாளி தொழிலாளியிடம் கூறினார்.

5. ''என் பிறந்த நாளுக்கு நீ கண்டிப்பாக வர வேண்டும்?'' என்று தமிழ்ச்செல்வி கலையரசியை அழைத்தாள்.

6. ''அன்பரசி கடைக்குச் சென்று வா'' என்று அவள் தாயார் அன்பரசியிடம் கூறினார்.

7. ''இன்று போய் நாளை வா'' என்று இராமன் இராவணனிடம் கூறினான்.

8. ''கதை சொன்னால்தான் சாப்பிடுவேன்'' என்று குழந்தை தாயாரிடம் அடம் பிடித்தது.

4. அயற்கூற்று வாக்கியம் : (Indirect Speech)

ஒருவர் நேரில் கூறியதைப் படர்க்கையில் எடுத்துரைப்பது அயற்கூற்று வாக்கியமாகும்.

எ-கா: செய்யுளைப் படிக்கும்படி கந்தனிடம் ஆசிரியர் கூறினார்.

பின்குறிப்பு: அயற்கூற்று வாக்கியங்கள் முடியும் இடத்தில் முற்றுப்புள்ளி பெற்றிருக்கும். இடையில் வேறு எந்த நிறுத்தற்குறியும் பெற்றிருக்காது.

அயற்கூற்று வாக்கியங்கள் சில கீழே தரப்பட்டுள்ளன :

1. நம்பி கலையரசனிடம் தான் மறுநாள் வருவதாகக் கூறினான்.

2. ஆசிரியர் எழிலிடம் நன்றாகப் படித்தால் வாழ்வில் உயரலாம் என்று கூறினார்.

3. தான் மறுநாள் பள்ளிக்கு வருவதாகத் தேன்மொழி வள்ளியிடம் கூறினாள்.

4. சத்துள்ள உணவுதான் உடலைக் காக்கும் என்று மருத்துவர் நோயாளியிடம் கூறினார்.

5. திருக்குறளைக் கற்று வாழ்வில் உயர்ந்ததாக ஆசிரியர் மாணவர்களிடம் கூறினார்.

6. அன்னப் பறவையைத் தாம் தான் தூது விட்டதாக நளன் தமயந்தியிடம் கூறினான்.

7. கண்ணன் திட்டியதனால்தான் தான் அழுததாக வளவன் சொன்னான்.

8. பட்டாசுகளைக் கையில் வைத்து வெடிக்கக்கூடாது என்று அம்மா செல்வியை எச்சரித்தாள்.

நேர்க்கூற்று வாக்கியங்களை அயற்கூற்று வாக்கியங்களாக மாற்றுதல் :

நேர்க்கூற்று வாக்கியங்களை அயற்கூற்று வாக்கியங்களாக மாற்ற 3 வழிமுறைகளைக் கையாளலாம்.

அவை:

1. முன்னிலைப் பெயரை படர்க்கைப் பெயராக மாற்ற வேண்டும். (கந்தா - கந்தன்)
2. ஏவல் வினைச் சொல்லை வினையெச்சமாக மாற்ற வேண்டும். (படி - படிக்குமாறு, படிக்கும்படி)
3. நேர்க்கூற்று கூறியவரையும் வாக்கியத்தில் இணைத்துக் கொள்ள வேண்டும்.

எ-கா: ஆசிரியர், ''கந்தா செய்யுளைப் படி'' என்று கூறினார். (நேர்க்கூற்று)

செய்யுளைப் படிக்குமாறு கந்தனிடம் ஆசிரியர் கூறினார். (அயற்கூற்று)

நேர்க்கூற்று வாக்கியத்தை அயற்கூற்று வாக்கியமாக மாற்ற கீழ்வரும் அட்டவணை நன்கு உதவும்.

நேர்க்கூற்று	அயற்கூற்று
இது	அது
இவை	அவை
இன்று	அன்று
நீ	அவன் / அவள்
நான்	தான்
நாம்	தாம்
நாங்கள்	தாங்கள்
நேற்று	முன்னாள்
நாளை	மறுநாள்
இதனால்	அதனால்
இப்பொழுது	அப்பொழுது

கீழ்க்காணும் நேர்க்கூற்று வாக்கியங்களை அயற்கூற்று வாக்கியங்களாக மாற்றுக :

1. ''நான் இப்பொழுது கடைக்குச் சென்று கொண்டிருக்கிறேன்'' என்று மணி கூறினான்.

2. ''நான் நாளை மதுரை செல்வேன்'' என்று கனிமொழி கூறினாள்.

3. ''நான் நேற்றுதான் ஊரிலிருந்து வந்தேன்'' என்று ஆசிரியர் கூறினார்.

4. ''திருமணம் செய்ய இன்று மிகவும் நல்ல நாள்'' என்று சோதிடர் கூறினார்.

5. ''நீ நாளை பள்ளிக்கு வருவாயா?'' என்று கந்தன் வேலனிடம் கேட்டான்.

6. ''நான் மிகவும் அழகாக இருக்கிறேன்'' என்று வேல்விழி கூறினாள்.

7. ''நாங்கள் எல்லோரும் நேற்றே ஊரிலிருந்து வந்து விட்டோம்'' என்று உறவினர் கூறினர்.

8. ''நீ உன் மொழியை உயர்த்தினால்தான் உன் நாடு உயரும்'' என்று பாவேந்தர் பாரதிதாசனார் கூறியுள்ளார்.

அயற்கூற்று வாககியங்களை நேர்க்கூற்று வாக்கியங்களாக மாற்றுதல் :

அயற்கூற்று வாக்கியங்களை நேர்க்கூற்று வாக்கியங்களாக மாற்ற வேண்டுமானால் *3* வழிமுறைகளைக் கையாளலாம். அவை:

1. கந்தன் என்னும் பெயர் 'கந்தா' என்று விளியாக மாறும்.

2. 'வருவதாக' என்னும் வினையெச்சம் 'வருவேன்' என வினைமுற்றாக மாறும்.

3. கூறியவன் பெயர் சேர்க்கப்படும். நேர்க்கூற்றுப் பகுதி மேற்கோள் குறிகளுக்குள் எழுதப்படும்.

எ-கா: இலக்கணத்தை ஒழுங்காகப் படிக்குமாறு ஆசிரியர் முருகனிடம் கூறினார். *(அயற்கூற்று)*

ஆசிரியர் முருகனிடம், ''இலக்கணத்தை ஒழுங்காகப் படி'' என்று கூறினார்.

கீழ்க்காணும் அயற்கூற்று வாக்கியங்களை நேர்க்கூற்று வாக்கியங்களாக மாற்றுக :

1. தான் மறுநாள் வருவதாகப் பொன்னன் கூறினான்.

2. தாங்கள் எல்லோரும் நேற்றுதான் மதுரையிலிருந்து வந்ததாகத் தொண்டர்கள் கூறினர்.

3. நீளம் தாண்டுதல் போட்டியில் தான் முதல் பரிசு பெற்றிருப்பதாக மாணவர் தலைவன் கூறினார்.

4. தானும் சுற்றுலாவிற்கு வருவதாக கலையரசி ஆசிரியரிடம் கூறினாள்.

5. காலையில் உடற்பயிற்சி செய்தால் நோய் அணுகாது என்று மருத்துவர் செழியனிடம் கூறினார்.

6. ரோசாப்பூ வாங்கி வருமாறு எழிலரசி தன் தாயாரிடம் கூறினாள்.

7. தான் வகுப்பில் முதற்பரிசு பெற்றதாக ஏழுமலை கூறினான்.

8. கண்ணகி வந்திருப்பதாக காவலன் மன்னனிடம் கூறினான்.

5. தன்வினை வாக்கியம் :

ஓர் எழுவாய் தானே செய்யும் வினை தன்வினை எனப்படும்.

எ-கா: கந்தன் பாடம் கற்றான்

கந்தன் - எழுவாய்
கற்றான் - வினை

தன்வினை வாக்கியங்கள் சில கீழே தரப்பட்டுள்ளன :

1. வளவன் உணவு உண்டான்
2. கண்ணகி பாடல் பாடினாள்.
3. குணசீலன் நல்வழியில் நடந்தான்.
4. பாலு கடைக்குச் சென்றான்.
5. ஜெயஸ்ரீ நடனம் ஆடினாள்.

6. அறிவுமதி பாடல் எழுதினான்
7. இராமன் சீதையைத் தேடினான்.
8. சோழன் சேரனை வென்றான்.

6. பிறவினை வாக்கியம் :

ஓர் எழுவாய் பிறரைச் செய்விக்கும் வினை பிறவினை எனப்படும்.

எ-கா: கந்தன் பாடம் கற்பித்தான்.

கந்தன் - எழுவாய்
கற்பித்தான் - பிறவினை

பிறவினை வாக்கியங்கள் சில கீழே தரப்பட்டுள்ளன

1. வளவன் முருகனை மதுரைக்கு செல்வித்தான்.
2. முருகன் தன் தாயாரை வருவித்தான்.
3. குணசீலன் செல்வனை நல்வழியில் நடப்பித்தான்.
4. தாய் குழந்தைக்கு உணவை உண்பித்தாள்.
5. கொள்ளையர் அடக்குவித்தனர்.
6. நளினி நல்வழியில் திருப்புவித்தாள்.
7. கண்ணன் கோயிலைக் கட்டுவித்தான்.
8. முருகன் கந்தனுக்கு குறளைப் பயிற்றுவித்தான்.

தன்வினை வாக்கியத்தைப் பிறவினை வாக்கியமாக மாற்றுதல் :

1. தன் வினைகளைப் பிறவினைகளாக மாற்றும் போது, தன்வினைப் பகுதியுடன் வி, பி முதலானவற்றில் பொருத்தமான ஒன்றைச் சேர்க்க வேண்டும்.

2. தன் வினையைப் பிறவினையாக்கும்போது காலத்தை மாற்றக்கூடாது. தன்வினையில் கொடுக்கப் பட்ட காலத்தையே பிறவினையிலும் எழுத வேண்டும்.

எ-கா:

1. வளவன் குறள் கற்றான் *(தன்வினை)*
   வளவன் குறள் கற்பித்தான் *(பிறவினை)*

2. முருகன் வீட்டைக் கட்டினான் *(தன்வினை)*
   முருகன் வீட்டைக் கட்டுவித்தான் *(பிறவினை)*

கீழ்க்காணும் தன்வினைகளைப் பிறவினைகளாக மாற்றுக :

1. துன்பம் தரும் யானை அடங்கியது.
2. கந்தன் குளத்தில் நீராடினான்.
3. வள்ளி தரையில் உருண்டாள்.
4. விநாயகம் எழுந்தான்.
5. கனிமொழி வேலை செய்தாள்.

பிறவினை வாக்கியத்தைத் தன்வினையாக மாற்றுதல் :

1. பிறவினையைத் தன் வினையாக்கும்போது, பிற வினை வாக்கியத்தில் உள்ள *(வினை முற்றில்)* பிறவினைச் சொல்லில், இருந்து தன்வினைப் பகுதியைப் பிரிக்க வேண்டும்.

2. எக்காரணம் கொண்டும் காலத்தை (Tense) மாற்றக் கூடாது.

எ-கா:

1. இராஜராஜன் தஞ்சைப் பெருவுடையார் கோயிலைக் கட்டுவித்தான். *(பிறவினை)*

   இராஜராஜன் தஞ்சைப் பெருவுடையார் கோயிலைக் கட்டினான். *(தன்வினை)*

2. மலர்விழி பாடல் பாடுவித்தாள். *(பிறவினை)*

   மலர்விழி பாடல் பாடினாள். *(தன்வினை)*

கீழ்க்காணும் பிறவினைகளைத் தன்வினைகளாக மாற்றுக :

1. வ.சுப. மாணிக்கனார் தமிழ் கற்பித்தார்.
2. டாக்டர் மு. வ. நல்வழியில் நடப்பித்தார்.
3. சி. இலக்குவனார் வாய்மை பேசுவித்தார்.
4. டாக்டர். ஆறு. அழகப்பனார் பெரியோர்களை வணங்குவித்தார்.
5. மறைமலையடிகள் தனித்தமிழியக்கம் தொடங்குவித்தார்.

7. செய்தி வாக்கியம் : (Statement)

ஒரு செய்தியைத் தெளிவாகத் தெரிவிக்கும் வகையில் அமைந்திருப்பது செய்தி வாக்கியம் எனப்படும். இதனைச் "சாற்று வாக்கியம்" எனவும் கூறுவர்.

எ-கா: 1. இளங்கோவடிகள் சிலப்பதிகாரம் இயற்றினார்.

2. தாய் தந்தையரைக் காப்பாற்ற வேண்டும்.

செய்தி வாக்கியங்கள் சில கீழே கொடுக்கப்பட்டுள்ளன:

1. கண்ணன் பாடம் படிக்கிறான்.

2. தேன்மொழி பாடல் பாடுகிறாள்.

3. அறம் செய விரும்ப வேண்டும்.

4. காளையன் வீடு கட்டினான்.

5. கற்பகவல்லி கடிதம் எழுதுகிறாள்.

6. காமாட்சி கரும்பு கடிக்கிறாள்.

8. கட்டளை வாக்கியம் : (Imperative)

தமக்கு அடங்கிய அல்லது தமக்குக் கட்டுப்பட்ட, வயதில் தன்னை விடச் சிறியவருக்கு ஒரு பணியைச் செய்வதன் பொருட்டுக் கட்டளையிடுவதாக அமைந்திருப்பது கட்டளை வாக்கியம் எனப்படும். இதனை ''விழைவு வாக்கியம்'' என்றும், ''ஏவல்'' என்றும் கூறுவர்.

எ-கா:

1. வள்ளி! நன்றாக ஆடு.

2. வளவா, குடிக்க நீர் கொண்டு வா.

கட்டளை வாக்கியங்கள் சில கீழே தரப்பட்டுள்ளன :

1. நீ நன்றாகப் படி

2. அறம் செய விரும்பு

3. பெரியோரைப் போற்று

4. அதிகாலை எழுந்திடு

5. மாணவர்களே, தவறாமல் பள்ளிக்கு வருக.

6. கண்ணா! நான் சொல்வதைக் கேள்.

9. வியப்பு வாக்கியம் : (Exclamatry)

நகை, அழுகை, இளிவரல், மருட்கை, அச்சம், பெருமிதம், உவகை, வெகுளி - போன்ற உணர்ச்சிகளை வெளிக்காட்டுவதற்கு உதவும் வாக்கியம் வியப்பு வாக்கியம் எனப்படும். இதனை உணர்ச்சி வாக்கியம் என்றும் கூறுவர்.

எ-கா:

1. என்னே! மல்லிகைப் பூவின் மணம்!
2. அந்தோ! காந்தியடிகள் மறைந்து விட்டாரே!

உணர்ச்சி வாக்கியங்கள் சில கீழே தரப்பட்டுள்ளன :

1. அந்தோ! பாவம் பசு இறந்து விட்டதே!
2. என்னே! மாமல்லபுரத்துச் சிற்பங்களின் அழகு!
3. என்னே! காமராசரின் கல்வித் தொண்டு!
4. தமிழின் இனிமைதான் என்னே!
5. அந்தோ! அறிஞர் அண்ணா மறைந்து விட்டார்!
6. ஐயோ! புலி வருகிறது ஓடு! ஓடு!

பின்குறிப்பு: ''என்னே'' என்னும் உணர்ச்சிச் சொல்லை முதலில் சேர்க்க வேண்டும். ''என்னே!'' என்பதை அடுத்தும், வாக்கிய முடிவிலும் உணர்ச்சிக்குறி இட வேண்டும்.

பயிற்சி : வினாக்கள் :

கேட்டுள்ளவாறு வாக்கியங்களை மாற்றுக:

1. முதியோர்களை அவமதிக்கக் கூடாது.	*(இதனைக் கட்டளை வாக்கியமாக்குக)*
2. ஆடு இறந்து விட்டது.	*(இதனை உணர்ச்சி வாக்கியமாக்குக)*
3. என்னே! தமிழின் இனிமை!	*(இதனைச் செய்தி வாக்கியமாக்குக)*

விடைகள் :

1. முதியோர்களை மதி.

2. அந்தோ! பாவம்! ஆடு இறந்து விட்டதே!

3. தமிழ் மிகவும் இனிமையானது.

மாணவர்கள் செய்து பார்க்க :

1. ஆசிரியரைக் கண்டால் வணங்க வேண்டும். *(இதனைக் கட்டளை வாக்கியமாக்கு)*

2. சித்தன்னவாசல் சிற்பங்கள் மிகவும் அழகானவை. *(இதனை உணர்ச்சி வாக்கியமாக்குக)*

3. தண்ணீர் கொண்டு வா *(இதனைச் செய்தி வாக்கியமாக்குக)*

4. என்னே! காடுகளின் அழகு! *(இதனைச் செய்தி வாக்கியமாக்குக)*

5. தேன்மொழியின் குரல் தேன் போல் இனிமையானது. *(இதனை உணர்ச்சி வாக்கியமாக்குக)*

10. உடன்பாட்டு வாக்கியம் :

ஒரு செயல் நிகழ்ந்ததை, நிகழ்கின்றதை, நிகழப் போவதை உடன்பட்டுக் (ஏற்றுக் கொண்டு) கூறுவது உடன்பாட்டு வாக்கியமாகும்.

எ-கா:

1. கனிமொழி பாடங்களைப் பயின்றாள்.

2. பசு புல்லை மேய்ந்தது.

உடன்பாட்டு வாக்கியங்கள் சில கீழே தரப்பட்டுள்ளன :

1. இறைவன் எங்கும் இருக்கிறார்.
2. முதல் உள்ளவர்களுக்கு ஊதியம் உண்டு.
3. மடியில் பணம் இருந்தால் வழியில் பயம் இருக்கும்.
4. நன்றாகப் படித்தால் வாழ்வில் உயரலாம்.
5. குற்றம் பார்க்கின் சுற்றம் இல்லை.

11. எதிர்மறை வாக்கியம் : (Negative)

ஒரு செயல் நிகழாமையை இறப்பு, நிகழ்வு, எதிர்வு ஆகிய மூன்று காலங்களிலும் மறுத்துக் கூறுவது எதிர்மறையாகும்.

எ-கா: 1. கனிமொழி பாடங்களைப் பயின்றிலள்
 2. பசு புல்லை மேய்ந்திலது

பயின்றிலள் - படிக்காதவள், பயிலாதவள்
மேய்ந்திலது - மேயவில்லை

எதிர்மறை வாக்கியங்கள் சில கீழே தரப்பட்டுள்ளன :

1. வளவன் வாழ்ந்திலன்
2. வள்ளி பாடவில்லை
3. ஓநாய்கள் ஓடவில்லை
4. மக்கள் பேருந்துக்காக காத்திருக்கவில்லை
5. மணிவண்ணன் மட்டைப்பந்தாட்டம் ஆடவில்லை

பொருள் மாறாமல் உடன்பாட்டு வாக்கியங்களை எதிர்மறை வாக்கியங்களாக மாற்றுதல் :

1. காற்று எல்லா இடங்களிலும் வீசுகிறது. (உடன்பாடு)
காற்று வீசாத இடமே இல்லை (எதிர்மறை)

2. பிறப்பு இருக்குமானால் இறப்பும் இருக்கும் (உடன்பாடு)

பிறப்பு இல்லையேல் இறப்பும் இல்லை.

(எதிர்மறை)

கீழ்க்காணும் உடன்பாட்டு வாக்கியங்களை எதிர்மறை வாக்கியங்களாக மாற்றுக:

1. வளவன் நேற்று பள்ளிக்கு வந்தான்.
2. நான் நாளை மதுரைக்குச் செல்வேன்.
3. இன்று மாலை கண்ணன் ஊருக்குச் செல்வான்.
4. குழந்தை அழகாக சிரித்தது.
5. உழைத்தால் உயரலாம்
6. கல்வியிருந்தால் செல்வமும் தேடி வரும்.
7. போட்டியில் அனைவரும் வெற்றி பெறுவர்.
8. ஓட்டப் பந்தயத்தில் மணி வெற்றி பெற்றான்.
9. வள்ளி படிக்கும் பள்ளிக்கூடம் வேலுவுக்குச் சொந்தமானது.
10. இன்று கடினப்பட்டு உழைத்தால் நாளை வெற்றி தேடி வரும்.

குறிப்பு : 1. முதலில் சாதாரண உடன்பாட்டை நாம் எதிர்மறையாக்குவதுபோல் கொடுக்கப்பட்ட வாக்கியத்தை எதிர்மறையாக்கிக் கொள்ள வேண்டும்.

2. நன்மை உண்டு - என்பதற்கு, நன்மை இல்லை என்பது எதிர்மறையாகும்.

3. 'வருவேன்' என்பது உடன்பாடானால் 'வரமாட்டேன்' என்பது எதிர்மறையாகும். (மாணவர்கள் இக்குறிப்பை கவனத்தில் கொள்க)

பொருள் மாறாமல் எதிர்மறை வாக்கியங்களை உடன்பாட்டு வாக்கியங்களாக மாற்றுதல் :

எ-கா:

1. அரசர்களைப் பாடாத புலவர்களே இல்லை (எதிர்மறை)
எல்லாப் புலவர்களும் அரசர்களைப் பாடுவர். (உடன்பாடு)

2. பெரியோர் தீயதை நினையார் (எதிர்மறை)
பெரியோர் நல்லதை நினைப்பர் (உடன்பாடு)

கீழ்க்காணும் எதிர்மறை வாக்கியங்களை உடன்பாட்டு வாக்கியங்களாக மாற்றுக :

1. மீனாட்சி ஒழுங்காகப் படிக்காததால் தேர்வில் தேர்ச்சி பெறவில்லை.

2. செல்வம் நாளை வரமாட்டான்.

3. கற்பகம் இனிய பாடலைப் பாடி, மக்களை மகிழ்விக்கவில்லை.

4. புல் மேய்ந்த பசுக்கள் வீட்டிற்குத் திரும்பவில்லை.

5. அதிகமாகப் பேசாமலிருந்தால் ஆபத்து வராது.

6. மரத்தில் பழங்கள் இருப்பது. கண்களுக்குப் பிடிப்பதில்லை.

7. படிக்காமலிருந்தால் வாழ்வில் உயரவே முடியாது.

8. மழை பெய்யவில்லையானால் பயிர்கள் தழைக்காது.

9. இனிமையாகப் பேசாதவரை எவரும் விரும்பார்.

10. மாணவர்கள் பலர் நன்கு படிப்பதில்லை.

12. எளிய வாக்கியம் (தனி வாக்கியம்) : (Simple)

ஓர் எழுவாயும், ஒரு பயனிலையும் பெற்று வரும் வாக்கியம் எளிய வாக்கியம் எனப்படும். இதனைத் தனி வாக்கியம் என்றும் கூறுவர். செயப்படுபொருள் பெற்றும், செயப்படுபொருள் பெறாமலும் இருக்கும்.

எ-கா: 1. பசு புல்லை மேய்ந்தது.

பசு - எழுவாய்
மேய்ந்தது - பயனிலை
புல்லை - செயப்படு பொருள்.

(செயப்படுபொருள் பெற்று வந்தமைக்கு மேற்கண்ட வாக்கியம் உதாரணமாகும்.)

எ-கா: 2. கண்ணன் வெளியூர் சென்றான்.

கண்ணன் - எழுவாய்
சென்றான் - பயனிலை

(இவ்வாக்கியம் செயப்படுபொருள் பெறாமல் வந்த தனி வாக்கியமாகும்.)

தனி வாக்கியங்கள் சில கீழே கொடுக்கப்பட்டுள்ளன :

1. பசு பால் கறந்தது.

2. தேவகி பாடலைப் பாடினாள்.

3. சின்னக் கண்ணன் குழல் ஊதினான்.

4. காட்டில் செடி வளர்ந்தது.

5. ஜெயராணி இனிமையாகப் பேசினாள்.

13. தொடர் வாக்கியம் : (Compound Sentence)

ஓர் எழுவாய் பல பயனிலைகளைப் பெற்று வருகின்ற வாக்கியம் தொடர் வாக்கியம் எனப்படும். இதனைக் 'கூட்டு வாக்கியம்' என்றும் கூறலாம்.

எ-கா: வேடன் காட்டிற்குச் சென்றான்; வலையை விரித்தான்; பறவைகளைப் பிடித்தான்; வீட்டிற்குத் திரும்பினான்.

பின்குறிப்பு : தொடர் வாக்கியத்தில் ஒவ்வொரு பயனிலைக்குப் பின்பும் அரைப்புள்ளி (;) இடவேண்டும்.

தொடர் வாக்கியங்கள் சில கீழே கொடுக்கப்பட்டுள்ளன :

1. மாணிக்கம் விரைந்து சென்றான்; அவன் குறித்த பேருந்தில் ஏறினான்; ஊர் போய்ச் சேர்ந்தான்.

2. வேலன் மரத்தின்மீது ஏறினான்; பழங்களைப் பறித்தான்; கால் தவறி கீழே விழுந்தான்.

3. மேகங்கள் கறுத்தன; காற்று வீசியது; பெருமழை பெய்தது.

4. கண்ணகி அதிகாலையிலேயே எழுந்தாள்; ஆர்வ முடன் கற்றாள்; பள்ளிக்குச் சென்றாள்.

5. மணி கடைக்குச் சென்றான்; பொருட்களை வாங்கினான்; வீட்டிற்குச் சென்றான்.

14. கலவை வாக்கியம் : (Complex Sentence)

ஒரு தலைமை வாக்கியமும் (Main Clause) சார்பு அல்லது துணை வாக்கியமும் (Sub-Ordinate Clause) சேர்ந்து வருவது கலவை வாக்கியமாகும்.

பின்குறிப்பு: ஒரு நேர்க்கூற்று வாக்கியத்தில் மேற்கோள் குறிக்குள் (" ") இருக்கும் வாக்கியம் சார்பு வாக்கியம் ஆகும். மேற்கோள் குறிக்கு வெளியே இருக்கும் வாக்கியம் தலைமை வாக்கியம் ஆகும்.

எ-கா : திருவள்ளுவர், "பொருள் இல்லார்க்கு இவ்வுலகம் இல்லை" என்று கூறினார்.

திருவள்ளுவர் கூறினார் - தலைமை வாக்கியம் பொருள் இல்லார்க்கு இவ்வுலகமில்லை - சார்பு வாக்கியம்.

கலவை வாக்கியங்கள் சில கீழே கொடுக்கப் பட்டுள்ளன :

1. நேற்று பெருமழை பெய்ததால் ஆற்றில் வெள்ளம் வந்தது.

2. கந்தன் கடுமையாக உழைத்ததால் தேர்வில் முதன்மை பெற்றான்.

3. வள்ளி அழகாகப் பாடியதால் அனைவரும் அவளைப் பாராட்டினார்.

4. முருகன் வேகமாக நடந்ததால் குறித்த பேருந்தைப் பிடிக்க நேர்ந்தது.

5. முத்தரசன் தவறி தரையில் விழுந்ததால் அவனுக்குச் காயம் ஏற்பட்டது.

மாணவர்களின் கவனத்திற்குச் சில முக்கியக்குறிப்புகள் :

1. தனி வாக்கியங்களை அமைக்கும்போது 'அதனால்' என்னும் இணைப்புச் சொல்லைக் கட்டாயம் நீக்க வேண்டும்.

2. தனி வாக்கியங்களை உருவாக்கும்போது வாக்கியங் களின் கடைசியில் முற்றுப்புள்ளி (.) இட வேண்டும்.

3. தொடர் வாக்கியம் அமைக்கும்போது எச்சங்களில் கால் புள்ளியும் (,) வினைமுற்றுகள்தோறும் அரைப் புள்ளியும் (;) இறுதி வினைமுற்றில் முற்றுப்புள்ளியும் (.) இட வேண்டும்.

4. தலைமை வாக்கியத்தையும், சார்பு வாக்கியத்தையும் சேர்த்து ஒரே வாக்கியமாக எழுதுதல் கலவை வாக்கிய மாகும். கலவை வாக்கியத்தின் கடைசியில் முற்றுப் புள்ளி (.) இட வேண்டும்.

5. தொடர் வாக்கியத்தை, கலவை வாக்கியமாக மாற்றும்போது அரைப்புள்ளியை (;) நீக்கிவிட வேண்டும். 'அதனால்' என்னும் இணைப்புச் சொல்லை இணைக்க வேண்டும்.

எ-கா: கந்தன் மரத்தின் மீது ஏறினான்; கால் இடறி விழுந்தான். (இது தொடர்வாக்கியம்)

கந்தன் மரத்தின் மீது ஏறியதால் கால் இடறி விழுந் தான். (இது கலவை வாக்கியமாகும்)

மாணவர்கள் கீழ்க்காணும் வாக்கியங்களைக் கேட்டுள்ள படியே மாற்றிப் பழகுக :

1. வேலன் விரைந்து சென்றான்; அவன் குறித்த புகை வண்டியில் ஏறினான்; அவன் ஊருக்குச் சென்றான் (கலவை வாக்கியமாக்குக.)

2. கண்ணப்பன் கடன் அதிக அளவு வாங்கியதால் வாழ்க்கையில் துன்புற்றான். (தனி வாக்கியமாக்குக)

3. மழை பெய்ததால் ஆற்றில் வெள்ளம் வந்தது. (தொடர் வாக்கியமாக்குக)

4. பெருங்காற்று வீசியது. மரங்கள் வேரோடு சாய்ந்தன. (கலவை வாக்கியமாக்குக)

5. கண்மணி அயராது உழைத்ததால் தேர்வில் தேர்ச்சி அடைந்தான். (தனி வாக்கியமாக்குக)

6. நான் கடைக்குச் சென்று, பொருட்களை வாங்கி, மாலையில் வீடு சேர்வேன். (தனி வாக்கியமாக்குக)

7. சிவகாமி மதுரைக்குச் சென்றாள்; தன் தோழியைக் கண்டு மகிழ்ந்தாள்; ஊர் திரும்பினாள். (தனி வாக்கியமாக்குக)

8. நாம் கம்பனைப் பாடுவோம், கன்னித்தமிழ் வளர்ப்போம். (கலவை வாக்கியமாக்குக)

9. ஜெயராணி பாடல் பாடினாள்; அதனால் பெரும்புகழ் பெற்றாள். (கலவை வாக்கியமாக்குக)

10. அகிலாவுடன் சேர்ந்ததால் சௌந்தர்யா அழகாகப் படித்தாள். (தனி வாக்கியமாக்குக)

15. வினா வாக்கியம் : (Interrogative Sentence)

எது, ஏன், எப்படி, எங்கு, எங்ஙனம், யார், எவர், யாவர் போன்ற வினாச் சொற்களை வாக்கியங்களின் இறுதியில் பெற்றுவரும் வாக்கியம் வினா வாக்கியம் ஆகும். வினா வாக்கியத்தின் இறுதியில் வினாக்குறி (?) இடப்பட்டிருக்கும்.

எ-கா: திருக்குறளை இயற்றியவர் யார்?

வினா வாக்கியங்கள் சில கீழே தரப்பட்டுள்ளன :

1. கண்ணகி மதுரையை எரித்தது ஏன்?
2. கயல்விழியின் புத்தகத்தை எடுத்தவர் யார்?
3. வாழ்வில் வெற்றி பெறுவது எப்படி?
4. இந்திய விடுதலைக்குப் பாடுபட்ட தலைவர்கள் யாவர்?
5. வ.சுப.மாணிக்கனார் எங்கு எப்பொழுது பிறந்தார்?

கீழ்வரும் செய்தி வாக்கியங்களை வினா வாக்கியங்களாக மாற்றுக :

1. தமிழின் இனிமையை அனைவரும் அறிவர்.
2. இளங்கோவடிகள் சிலப்பதிகாரம் இயற்றினார்.
3. பசுக்கள் பால் கறந்தன.
4. டாக்டர். மு. வ. 1912 ஆம் ஆண்டு பிறந்தார்.
5. வ.சுப. மாணிக்கனார் மதுரை காமராசர் பல்கலைக்கழகத்தின் துணை வேந்தராக இருந்தார்.

❏ ❏ ❏

7. அலகிட்டு வாய்பாடு கூறுதல்

அலகிடுதல் : அலகு என்பது அடிப்படை அளவு ஆகும். செய்யுள் இயற்றுவதற்குரிய அடிப்படை அளவுகளைப் பிரித்து, வாய்பாடு காணும் முறைக்கு 'அலகிடுதல்' என்று பெயர்.

அலகிடுவதற்கு முன் மாணவர்கள் செய்யுள் உறுப்புகளாகிய எழுத்து, அசை, சீர்களைப் பற்றி அறிந்து கொள்ள வேண்டும்.

எழுத்து : அலகிடுவதற்குமுன் நாம் அறிந்து கொள்ள வேண்டிய எழுத்துகள் குறில், நெடில், ஒற்று ஆகியவை ஆகும்.

குறில் : குறுகிய ஓசை உடையவை 'குறில்' எனப்படும். அ, இ, உ, எ, ஒ - ஆகிய ஐந்து உயிர்க்குறில்களும், அவற்றால் உருவாகும் உயிர்மெய்க்குறில்களும்

எ-கா: க, ங, ச... போன்றவை.

நெடில் : நெடிய (நீண்ட) ஓசையுடையவை 'நெடில்' எனப்படும்.

ஆ, ஈ, ஊ, ஏ, ஓ, ஐ, ஔ - ஆகிய ஏழு உயிர்நெடில்களும் - அவற்றால் உருவாகும் உயிர்மெய் நெடில்களும்.

எ-கா: கா, ஙா, சா.... போன்றவை.

ஒற்று : புள்ளி பெற்ற எல்லா எழுத்துகளும் 'ஒற்று' என அழைக்கப்படும்.

ஒற்று - மெய்யெழுத்து

18 மெய்களும், ஆய்த எழுத்தும் ஒற்றெழுத்துகளாகும்.

எ-கா: க், ங், ச்..... போன்றவை.

அசை : ஓர் எழுத்து தனித்து நின்றோ, அல்லது ஒன்றுக்கு மேற்பட்ட எழுத்துகள் சேர்ந்து நின்றோ அசைக்கப்படுவது (ஒலிக்கப்படுவது) அசையாகும்.

பின்குறிப்பு : *1.* ஒரு குறளை அலகிடும்போது இரண்டு ஒற்றெழுத்துகள் (தனக்கு மேலே புள்ளி பெற்ற எழுத்துகள்) அடுத்தடுத்து வந்தால் ஒரு ஒற்றெழுத்தை மட்டுமே கணக்கில் வைத்துக் கொள்ள வேண்டும். அடுத்த ஒற்றெழுத்தை விட்டு விட வேண்டும்.

2. ஐ, ஔ போன்றவை நெடிலாகும். கை, ஙை, கௌ, ஙௌ போன்றவை உயிர்மெய் நெடிலாகும்.

3. அதிகபட்ச வாய்பாடு முடியும் வரை அலகிட வேண்டும்.

4. ஈற்றடியின் இறுதிச்சீர் நாள், மலர், காசு, பிறப்பு என்னும் வாய்பாடுகளுள் ஏதாவது ஒன்றால் மட்டுமே முடிவு பெறும்.

அலகிடுவதற்கு உதவும் அசைகள் :

நேரசை - 4

1. குறில் தனித்து வருதல் - க
2. குறில் ஒற்றெழுத்தோடு வருதல் - கல்
3. நெடில் தனித்து வருதல் - கா
4. நெடில் ஒற்றெழுத்தோடு வருதல் - கால்
(ஒற்று - புள்ளி பெற்ற எழுத்து)

நிரையசை – 4

1. இரு குறில் இணைந்து வருதல் - விளா
2. இரு குறில் இணைந்து ஒற்றடுத்து வருதல் - விளம்
3. குறிலும் நெடிலும் இணைந்து வருதல் - விளா
4. குறிலும் நெடிலும் இணைந்து ஒற்றடுத்து வருதல் - விளாம்

கவனத்தில் கொள்க: நெடிலும் குறிலும் எங்கும், எப்பொழுதும் இணைந்து வராது. குறளை அலகிடும் போது நெடிலுடன் குறில் இணைந்து வரும்போது நெடிலைத் தனியாகவும், குறிலைத் தனியாகவும் பிரித்து அலகிட வேண்டும்.

சீர்:

ஓர் அசை தனித்து நின்று அல்லது ஒன்றுக்கு மேற்பட்ட அசைகள் சேர்ந்து நின்று சீராக (ஒழுங்காக) நிற்பது சீராகும்.

ஓரசைச்சீர், ஈரசைச்சீர், மூவசைச்சீர், நாலசைச்சீர் என சீர் பல வகைப்படும்.

ஓரசைச் சீர்கள் – 4

1. நேர் - நாள்
2. நிரை - மலர்
3. நேர்+பு - காசு
4. நிரை+பு - பிறப்பு

ஈரசைச்சீர்கள் – 4

1. நேர் நேர் - தேமா   'மா' என முடிவதால்
2. நிரை நேர் - புளிமா   இவை இரண்டும்
                              மாச்சீர்களாகும்.

3. நிரை நிரை - கருவிளம்   'விளம்' என முடிவதால்
4. நேர் நிரை - கூவிளம்   இவை இரண்டும் விளச்சீர்களாகும்.

மூவசைச் சீர்கள் - 8

காய்ச்சீர் - 4
கனிச்சீர் - 4

காய்ச்சீர் - 4

1. நேர் நேர் நேர் - தேமாங்காய்
2. நிரை நேர் நேர் - புளிமாங்காய்
3. நிரை நிரை நேர் - கருவிளங்காய்
4. நேர் நிரை நேர் - கூவிளங்காய்

கனிச்சீர் - 4

1. நேர் நேர் நிரை - தேமாங்கனி
2. நிரை நேர் நிரை - புளிமாங்கனி
3. நிரை நிரை நிரை - கருவிளங்கனி
4. நேர் நிரை நிரை - கூவிளங்கனி

('தோமந்தண்பூ' என பூ வாய்பாடும், 'தேமாந் தண்ணிழல்' என நிழல் வாய்பாடும் யாப்பிலக்கணத்தில் உண்டு. குறளை அலகிடும்போது இவை பெரும்பாலும் இடம் பெறாத காரணத்தால் இவை தவிர்க்கப் பட்டுள்ளன.)

அலகிடும் முறை :

எ-கா: 1. "தானம் தவமிரண்டும் தங்கா வியனுலகம் வானம் வழங்கா தெனின்" - இக்குறளை அல கிட்டு வாய்பாடு கூறுவோம்.

எண்	சீர்	அசை	வாய்பாடு
1.	தா/னம்	நேர் நேர்	தேமா
2.	தவ/மிரண்/டும்	நிரை நிரை நேர்	கருவிளங்காய்
3.	தங்/கா	நேர் நேர்	தேமா
4.	விய/னு/ல/கம்	நிரை நிரை நேர்	கருவிளங்காய்
5.	வா/னம்/	நேர் நேர்	தேமா
6.	வழங்/கா	நிரை நேர்	புளிமா
7.	தெனின்	நிரை	மலர்

எ-கா:2 ''பொய்யாமை பொய்யாமை ஆற்றின் அறம்பிற
செய்யாமை செய்யாமை நன்று''

- இக்குறட்பாவை அலகிடுவோம்.

எண்	சீர்	அசை	வாய்பாடு
1.	பொய்/யா/மை	நேர் நேர் நேர்	தேமாங்காய்
2.	ஆற்/றின்	நேர் நேர்	தேமா
3.	அறம்/பிற	நிரை நிரை	கருவிளம்
4.	செய்/யா/மை	நேர் நேர் நேர்	தேமாங்காய்
5.	செய்/யா/மை	நேர் நேர் நேர்	தேமாங்காய்
6.	நன்/று	நேர்+பு	காசு

எ-கா: 3 ''எல்லா விளக்கும் விளக்கல்ல சான்றோர்க்குப்
பொய்யா விளக்கே விளக்கு''

- இக்குறட்பாவை அலகிடுவோம்.

எண்	சீர்	அசை	வாய்பாடு
1.	எல்/லா	நேர் நேர்	தேமா
2.	விளக்/கும்	நிரை நேர்	புளிமா
3.	விளக்/கல்/ல	நிரை நேர் நேர்	புளிமாங்காய்

4.	சான்/றோர்க்/குப்	நேர் நேர் நேர்	தேமாங்காய்
5.	பொய் / யா	நேர் நேர்	புளிமா
6.	விளக்/கே	நிரை நேர்	புளிமா
7.	விளக்/கு	நிரை+பு	பிறப்பு

எ-கா: 4 ''மலர்மிசை ஏகினான் மாணடி சேர்ந்தார்
         நிலமிசை நீடுவாழ் வார்''

- இக்குறளை அலகிட்டு வாய்பாடு கூறுவோம்.

எண்	சீர்	அசை	வாய்பாடு
1.	மலர்/மிசை	நிரை நிரை	கருவிளம்
2.	ஏ/கினான்	நேர் நிரை	கூவிளம்
3.	மா/ணடி/	நேர் நிரை	கூவிளம்
4.	சேர்ந்/தார்	நேர் நேர்	தேமா
5.	நில/மிசை	நிரை நிரை	கருவிளம்
6.	நீ/டுவாழ்	நேர் நிரை	கூவிளம்
7.	வார்	நேர்	நாள்

8. இலக்கணக்குறிப்புகள் கண்டறியும் முறைகள்

1. வியங்கோள் வினைமுற்று :

வியம் = ஏவல்
கோள் = கொள்ளுதல்

வாழ்த்துதல், வைதல் (ஏசுதல்) வேண்டுதல், விதித்தல் முதலிய பொருள்களில் வருவது வியங்கோள் வினை முற்று எனப்படும்.

இது பெரும்பாலும் க, இய, இயர் என்னும் விகுதி களில் ஏதேனும் ஒன்றை இறுதியில் பெற்று முடியும்.

எ-கா : வாழ்க
வாழிய
வாழியர்

2. எதிர்மறை வியங்கோள் வினைமுற்று

வியங்கோள் வினைமுற்று எதிர்மறைப் பொருளில் வந்தால் அது எதிர்மறை வியங்கோள் வினைமுற்று எனப்படும்.

எ-கா: செய்யற்க

குறிப்பு: 'செய்க' என்பது வியங்கோள் வினைமுற்று. செய்யற்க (செய்யாதீர்) என்பது எதிர்மறை வியங்கோள் வினைமுற்று ஆகும்.

3. வினையாலணையும் பெயர் :

ஓர் வினைச்சொல் வினையைக் குறிக்காமல் அவ்வினையைச் செய்தவரையோ, செய்தவளையோ,

செய்ததையோ குறிப்பது வினையாலணையும் பெயர் எனப்படும்.

எ-கா: பொருள் தந்தோன்.

இதில் 'தருதல்' என்பது வினை. ஆனால் இங்கு 'தருதல்' என்னும் வினையைக் குறிக்கவில்லை. 'தந்தவன்' என்னும் குறிப்பால் அவ்வினையைச் செய்தவரைக் குறிக்கிறது. இவ்வாறு வருவது வினையாலணையும் பெயர் எனப்படும்.

4. தொழிற் பெயர்:

ஆடுதல், பாடுதல், ஓடுதல், பேசுதல், நடத்தல், சிரித்தல், அழுதல். இவைகளைப் போல ஒன்றன் தொழிலைக் குறிக்கும் பெயர் தொழிற்பெயர் எனப்படும்.

இவை பெரும்பாலும் 'தல்' 'அல்' என்னும் விகுதிகளை இறுதியில் (கடைசியில்) பெற்று முடியும்.

'செல்லல்' என்பது இறுதியில் 'அல்' விகுதி பெற்று முடியும். இது தொழிற் பெயருக்கு எடுத்துக்காட்டாகும்.

5. இரட்டைக்கிளவி:

1. ஒரு சொல் இரண்டு முறை அடுக்கி வரும்.
2. பிரித்தால் பொருள் தராது.
3. இவை பெரும்பாலும் ஒலிக்குறிப்புகளாக வரும்.
இவையே இரட்டைக்கிளவி எனப்படும்.

இரட்டை - இரண்டு
கிளவி - சொல்

எ-கா: 1. மரம் சடசட என்று முறிந்தது
2. வள்ளி கலகல என்று சிரித்தாள்

3, வேலன் குடுகுடு என்று ஓடினான்
4. மழை சலசல என்று பெய்தது.

மேற்கண்ட எடுத்துக்காட்டுக்களில் 'சடசட', 'கலகல' 'குடுகுடு', 'சலசல' என்பன இரட்டைக் கிளவிகளாகும்.

6. அடுக்குத்தொடர் :

1. ஒரு சொல் இரண்டு, மூன்று, நான்கு வரை அடுக்கி வரும்.

2. பிரித்தால் பொருள் தரும்.

3. விரைவு (வேகம்), அச்சம் (பயம்), வெகுளி (கோபம்), உவகை (மகிழ்ச்சி) முதலிய காரணம் பற்றி வரும். இதுவே அடுக்குத் தொடர் எனப்படும்.

எ-கா: 1. ஓடு ஓடு - விரைவு
2. பாம்பு! பாம்பு - அச்சம்
3. முறியடிக்க முறியடிக்க - வெகுளி
4. நன்று நன்று - உவகை

7. உரிச்சொல் :

தாமே தனித்து இயங்காமல் பெயர், வினைகளுக்கு அடுத்து நின்று அவற்றின் பண்புகளை எல்லாம் தெரிவிப்பது உரிச்சொல் தொடர் ஆகும்.

சால, உறு, தவ, நனி, கழி, கூர், கடி, மா - என்னும் 8 சொற்களையும் சொல்லுக்கு முன்னால் பெற்று வந்தால் அது உரிச்சொல்லாகும். (இந்த எட்டுச் சொற்களையும் மாணவர்கள் கண்டிப்பாக மனப்பாடம் செய்ய வேண்டும்.)

1. சாலச் சிறந்தது
2. உறுமீன்
3. தவப்பெரியவர்
4. நனி நன்று
5. கழிமனம்
6. கூர்மதி
7. கடிநகர்
8. மாநகர்

(இவை பெரும்பாலும் 'மிகுதி' என்னும் பொருளைத் தரும்.)

8. ஈறு கெட்ட எதிர்மறைப் பெயரெச்சம் :

எதிர்மறைப் பொருள் தரும் பெயரெச்சத்தின் ஈற் றெழுத்து (கடைசி எழுத்து) கெட்டு (மறைந்து) வருவது ஈறு கெட்ட எதிர்மறைப் பெயரெச்சம் ஆகும்.

ஈறு - இறுதி (கடைசி)
கெட்ட - மறைந்த

எ-கா: பாடா மனிதன்

'பாடாத மனிதன்' - என்பதே உண்மையான வடிவம் 'ட' என்னும் எழுத்திற்கு இறுதியில் வரும் 'த' என்னும் எழுத்து கெட்டுள்ளது. (மறைந்துள்ளது) எனவே இது ஈறுகெட்ட எதிர்மறைப் பெயரெச்சம் எனப்படும்.

மேலும் சில உதாரணங்கள் கீழே கொடுக்கப் பட்டுள்ளன.

1. செல்லாக் கடல் (செல்லாத கடல்)
2. உண்ணாப் பசு (உண்ணாத பசு)
3. ஓடாப் பையன் (ஓடாத பையன்)

4. பேசா மடந்தை (பேசாத மடந்தை)
5. கல்லா மனிதன் (கல்லாத மனிதன்)
6. பூட்டா வீடு (பூட்டாத வீடு)
7. ஆடாப் பெண் (ஆடாத பெண்)
8. தேடாச் செல்வம் (தேடாத செல்வம்)
9. காணா ஊமை (காணாத ஊமை)
10. செலுத்தா ஓடம் (செலுத்தாத ஓடம்)

(பெரும்பாலும் 'த' என்னும் எழுத்தே கெட்டு வரும்)

9. பண்புத்தொகை :

வண்ணம், வடிவு, சுவை, அளவு ஆகியவற்றுள் ஏதேனும் ஒரு பண்புக்கும், அதனால் பொருள் தழுவப் படும் பெயர்ச் சொல்லுக்கும் நடுவில் 'ஆகிய' என்னும் உருபு மறைந்து வந்தால் அது பண்புத்தொகை எனப்படும்.

பண்புத்தொகை பெரும்பாலும் 'மை' விகுதி பெற்றே வரும்.

தொகை - மறைந்து வருவது.

எ-கா: வெண்டாமரை

வெண்மை + தாமரை = வெண்டாமரை. இது 'வெண்மை' என்னும் பண்பின் காரணமாக வந்த பண்புத் தொகை ஆகும்.

(பண்புத் தொகையைக் கண்டறிய மாணவர்கள் கொடுக்கப்பட்டுள்ள சொல்லை மனதிலேயே பிரித்துப் பார்க்க வேண்டும்.)

சில பண்புத்தொகைகள் கீழே தரப்பட்டுள்ளன.

1. கருங்கடல் = கருமை + கடல்
2. செந்தாமரை = செம்மை + தாமரை
3. பைங்கூந்தல் = பசுமை + கூந்தல்
4. கடுஞ்சுரம் = கடுமை + சுரம்
5. வெஞ்சினம் = வெம்மை + சினம்
6. தண்ணீர் = தண்மை + நீர்
7. கடுங்குளிர் = கடுமை + குளிர்
8. செஞ்சரம் = செம்மை + சரம்
9. பைங்காய் = பசுமை + காய்
10. கார்கூந்தல் = கருமை + கூந்தல்

10. இருபெயரொட்டுப் பண்புத்தொகை :

பொதுப்பெயரோடு சிறப்புப் பெயராவது, சிறப்புப் பெயரோடு பொதுப் பெயராவது இரு பெயர்கள் ஒட்டி (இணைந்து) வருவது இரு பெயரொட்டுப் பண்புத் தொகையாகும்.

பொதுப்பெயருக்கும் சிறப்புப் பெயருக்கும் நடுவே 'ஆகிய' என்னும் பண்புருபு மறைந்து வரும்.

எ-கா: அன்னப்பறவை - சிறப்புப் பெயரோடு
பொதுப்பெயர்

அன்னம் - சிறப்புப்பெயர்
பறவை - பொதுப்பெயர்

ஆகிய என்னும் பண்புருபு மறைந்துள்ளது. இது 'அன்னமாகிய பறவை' என விரியும்.

எ-கா: 2   பாவேந்தர் பாரதிதாசனார் -
பொதுப்பெயரோடு சிறப்புப் பெயர்.

பாவேந்தர் - பொதுப்பெயர்
பாரதிதாசனார் - சிறப்புப்பெயர்

'ஆகிய' என்னும் பண்புருபு மறைந்துள்ளது.

இது 'பாவேந்தராகிய பாரதிதாசனார்' - என விரியும்.

சில இருபெயரொட்டு பண்புத்தொகைகள் கீழே தரப்பட்டுள்ளன

1. சாரைப்பாம்பு
2. வாழை மரம்
3. பலாப்பழம்
4. வேதப் பனுவல்

11. வினைத்தொகை :

காலம் காட்டும் இடைநிலை, விகுதி முதலிய வினை உருபுகள் பெயரெச்சத்தில் மறைந்து வருவது வினைத் தொகையாகும்.

இது நிகழ்காலம், இறந்த காலம், எதிர்காலம் ஆகிய மூன்று காலங்களையும் மறைமுகமாய் உணர்த்தும்.

எ-கா: ஊறுகாய்

ஊறிய காய் - இறந்த காலம்
ஊறுகின்ற காய் - நிகழ்காலம்
ஊறும் காய் - எதிர்காலம்

சில வினைத்தொகைகள் கீழே தரப்பட்டுள்ளன :

1. இடுகாடு
2. சுடு தண்ணீர்
3. எழுஞாயிறு

4. செல் விருந்து
5. வீழ் அருவி

12. உம்மைத்தொகை :

எண்ணல், எடுத்தல், முகத்தல், நீட்டல் என்னும் பெயர்களுடன் மற்றொரு சொல் வந்து சேரும்போது அவற்றின் இடையிலும், இறுதியிலும் 'உம்' என்னும் இடைச்சொல் மறைந்து வருவது உம்மைத்தொகை ஆகும்.

தொகை - மறைந்து வருவது.

எ-கா: 1. வெற்றிலைப்பாக்கு

இது 'வெற்றிலையும் பாக்கும்' என விரியும்.

2. தாத்தா பாட்டி :

இது 'தாத்தாவும் பாட்டியும்' என விரியும்.

சில உம்மைத் தொகைகள் கீழே தரப்பட்டுள்ளன :

1. எழுதுகோல் புத்தகம்
2. உளுந்து பருப்பு
3. பூரிக்கிழங்கு

13. உவமைத்தொகை :

உவமானச் சொல்லுடன் உவமேயச் சொல் சேர்ந்து வரும்போது இடையில் 'போல' போன்று, 'போல்' முதலிய உவம உருபுகளுள் ஏதேனும் ஒன்று மறைந்து வருவது உவமைத்தொகை எனப்படும்.

உவமானம் - ஒப்பாகக் காட்டப்படும் பொருள்
உவமேயம் - சிறப்பிக்கப்படும் பொருள்

எ-கா: பவள வாய்

பவளம் - உவமானம்
(ஒப்பாகக் காட்டப்பட்ட பொருள்)
வாய் - உவமேயம் (சிறப்பிக்கப்பட்ட பொருள்)

சில உவமைத்தொகைகள் கீழே தரப்பட்டுள்ளன :

1. பால்நிலா
2. தாமரைக்கண்
3. ஊசியிலை
4. கரர் கூந்தல்
5. மலரடி
6. கயல்விழி
7. பொற்பாதம்
8. வேல்விழி
9. மையிருட்டு
10. கல்நெஞ்சம்

14. வேற்றுமைத்தொகை :

வேற்றுமை உருபேற்ற சொல்லும் அதனால் பொருள் தழுவப்பெற்ற சொல்லும் ஒன்றாக ஒலிக்கும்போது வேற்றுமை உருபுகளாகிய ஐ, ஆல், கு, இன்,அது, கண் ஆகியவற்றில் ஏதேனும் ஒன்று மறைந்து வருவது வேற்றுமைத் தொகையாகும்.

(முதல் வேற்றுமைக்கு உருபு இல்லை. அதே போல எட்டாம் வேற்றுமைக்கும் உருபு இல்லை)

ஐ - இரண்டாம் வேற்றுமை உருபு
ஆல் - மூன்றாம் வேற்றுமை உருபு
கு - நான்காம் வேற்றுமை உருபு
இன் - ஐந்தாம் வேற்றுமை உருபு

அது - ஆறாம் வேற்றுமை உருபு
கண் - ஏழாம் வேற்றுமை உருபு

எ-கா: **நீர் அருந்தினான்**

இது நீரை அருந்தினான் என விரியும்.

(இதில் 'ஐ' என்னும் இரண்டாம் வேற்றுமை உருபு மறைந்து (தொக்கி) வந்துள்ளது. இதுபோலவே மற்ற வேற்றுமை உருபுகளும் மறைந்து வரும். எந்த வேற்றுமை உருபு மறைந்து வந்துள்ளதோ அதனை வைத்தே அது இரண்டாம் வேற்றுமைத் தொகை என்றோ, மூன்றாம் வேற்றுமைத் தொகை என்றோ அறியப்படும்.

சில வேற்றுமைத் தொகைகள் கீழே தரப்பட்டுள்ளன :

1. பால் பருகினான்
2. பொற்குடம்
3. குலவேந்தன்
4. பொருள் நீங்கிய
5. மலையுச்சி
6. நிலத்தறைந்தான்

9. பகுபத உறுப்பிலக்கணம் எழுதும் முறைகள்

ஓரெழுத்து தனித்து வந்தோ, பல எழுத்துகள் சேர்ந்து வந்தோ பொருள் தருமாயின் அது பதம் எனப்படும். அது பகுபதம், பகாப்பதம் என இருவகைப்படும்.

பகுதி, விகுதி முதலியனவாகப் பிரிக்கக் கூடியதும், பிரித்தால் பொருள் தருவதுமான பதம் பகுபதம் எனப் படும்.

பகுதி, விகுதி முதலியனவாகப் பிரிக்க இயலாததும், பிரித்தால் பொருள் தராததுமான பதம் பகாப்பதம் எனப் படும்.

பகுபத உறுப்புகள் 6

அவை : 1. பகுதி
2. விகுதி
3. இடைநிலை
4. சந்தி
5. சாரியை
6. விகாரம் என்பனவாகும்.

1. பகுதி : சொல்லின் முதலில் நிற்கும். இது கட்டளைச் சொல்லாகவே இருக்கும். முதனிலை என்றும் கூறுவர்.

எ-கா: நடித்தான்
நடி - பகுதி

2. விகுதி : சொல்லின் கடைசியில் (இறுதியில்) நிற்கும். திணை, பால், எண், இடங்களைக் காட்டும். 'இறுதிநிலை' என்றும் கூறுவர்.

எ-கா: நடித்தான்

நடி+த்+த்+ஆன்

இதில் 'ஆன்' என்பது விகுதி.

ஆன் - உயர்திணை (திணை உணர்த்தியது)
ஆன் - ஆண்பால் (பால் உணர்த்தியது)
ஆன் - ஒருமை (எண் உணர்த்தியது)
ஆன் - படர்க்கை (இடம் உணர்த்தியது)

'ஆன்' என்னும் விகுதி திணை, பால், எண், இடம் ஆகியவற்றை உணர்த்தியது.

3. இடைநிலை : பகுதிக்கும், விகுதிக்கும் இடையில் நிற்பது இடைநிலை என அழைக்கப்பெறும். இது காலம் காட்டும்.

எ-கா: நடித்தான் - நடி+த்+த்+ஆன்

த் - இறந்த கால இடைநிலை

(இரண்டு ஒற்றெழுத்துகள் (புள்ளி பெற்ற எழுத்துகள் அடுத்தடுத்து வந்தால் முதலில் வரும் ஒற்றெழுத்து சந்தி எனவும், அடுத்து வரும் ஒற்றெழுத்து இடைநிலை எனவும் கண்டு கொள்ள வேண்டும்.)

முக்கிய குறிப்பு :

நிகழ்கால இடைநிலைகள்: கிறு, கின்று, ஆநின்று
இறந்தகால இடைநிலைகள்: த், ட், ற், இன்
எதிர்கால இடைநிலைகள்: ப்,வ்,க்,
எதிர்மறை இடைநிலைகள்: இல், அல், ஆ

(மாணவர்கள் மேற்கண்ட இடைநிலைகளைக் கண்டிப்பாக மனப்பாடம் செய்ய வேண்டும்.)

4. சந்தி: பகுதியுடன், இடைநிலை அல்லது சாரியை அல்லது விகுதி சந்திக்குமிடத்தில் தோன்றுவது சந்தி யாகும்.

எ-கா: நடித்தான் - நடி+த்+த்+ஆன்

த் - சந்தி

5. சாரியை : (சார் + இயை)

பகுதி, விகுதி இடைநிலை - இம்மூன்றில் ஏதாவது ஒன்றைச் சார்ந்தும், இயைந்தும் வருவது சாரியை எனப் படும்.

எ-கா: வந்தனன் - வா(வ) + த்(ந்)+த்+அன்+அன்

வா - பகுதி

வா, வ எனக்குறுகியது விகாரம்

த் - சந்தி

த், ந் ஆகத் திரிந்தது விகாரம்

த் - இறந்த கால இடைநிலை

அன் - சாரியை

அன் - படர்க்கை ஆண்பால் வினைமுற்று விகுதி

(குறுகுவதும், (வா (வ) எனக்குறுகியது) திரிவதும், (த்(ந்) ஆகத் திரிந்தது.) விகாரத்தின் இயல்புகள்)

6. விகாரம் : பகுபத உறுப்புகளுள் பகுதி, சந்தி, இடைநிலை ஆகியவை சிற்சில இடங்களில் வேறு படுவதே விகாரம் எனப்படும். விகாரம் எப்பொழுதும் அடைப்புக் குறிக்குள்தான் வரும்.

எ-கா: வந்தனன்

(இதனுடைய விளக்கத்தை எண் 5 இடப்பட்ட சாரியை என்னும் தலைப்பில் காண்க)

வினைமுற்றுகளைப் பிரிக்கும் முறை :

1. படித்தான்

படி + த் + த் + ஆன்

படி - பகுதி
த் - சந்தி
த் - இறந்தகால இடைநிலை
ஆன் - ஆண்பால் வினைமுற்று விகுதி

(இரண்டு புள்ளி பெற்ற எழுத்துகள் அடுத்தடுத்து வந்தால் முதல் எழுத்து சந்தி எனவும், அடுத்த எழுத்து இடைநிலை என்றும் அறிந்து கொள்ள வேண்டும் என்பது முன்னர்க் கூறப்பட்டுள்ளது.)

கீழே சில வினைமுற்றுகள் கொடுக்கப்பட்டுள்ளன. அவற்றைப் பிரித்து பகுபத உறுப்பிலக்கணம் கண்டு பிடிக்கவும்.

1. இடித்தான்
2. கடித்தான்
3. வடித்தான்
4. பிடித்தான்
5. பார்த்தான்
6. இறைத்தான்
7. மறைத்தான்
8. உரைத்தான்
9. கரைத்தான்
10. குறைத்தான்

மேலும் சில வினைமுற்றுகளைப் பிரிக்கும் முறைகள் :

1. வாழ்கின்றோம்
   வாழ்+கின்று+ஓம்

வாழ் - பகுதி
கின்று - நிகழ்கால இடைநிலை
ஓம் - தன்மைப் பன்மை வினைமுற்று விகுதி

('வாழ்கின்றோம்' என்ற சொல் பல பேரைக் குறிக்கிறது. எனவே இச்சொல்லில் உள்ள 'ஓம்' என்ற சொல் தன்மைப் பன்மை வினைமுற்றைக் குறிக்கும் விகுதியாகும்.)

2. செல்கின்றார்

செல்+கின்று+ஆர்

செல் - பகுதி
கின்று - நிகழ்கால இடைநிலை
ஆர் - ஆண்பால் வினைமுற்று விகுதி

('ஆர்' என்னும் விகுதி ஒரு மனிதரை மதிப்புடன் குறிப்பிடப் பயன்படுகிறது. எனவே, அது ஆண்பால் வினைமுற்று விகுதியாகும். இதைப்போலவே 'ஆண்' என்ற விகுதியும் ஆகும்)

கீழே சில வினைமுற்றுகள் கொடுக்கப்பட்டுள்ளன. அவற்றைப் பிரித்துப் பகுபத உறுப்பிலக்கணம் காண்க

1. கூறுகின்றார்
2. படிக்கின்றோம்
3. எழுதுகின்றோம்
4. உழுகின்றார்

5. எழுகின்றார்
6. பேசுகின்றார்
7. ஆடுகின்றோம்

தொழிற் பெயர்களைப் பிரிக்கும் முறைகள் :

எ-கா: வாழ்தல்

வாழ்+தல்
வாழ் - பகுதி
தல் - தொழிற்பெயர் விகுதி

குறிப்பு: (பெரும்பாலான தொழிற் பெயர்கள் 'தல்' விகுதி கொண்டே முடியும். மாணவர்கள் தேர்வில் தொழிற்பெயர் கொடுக்கப்பட்டிருந்தால் அதனைப் பிரித்துப் பகுபத உறுப்பிலக்கணம் எழுதுவது மிகவும் சிறந்ததாகும்.)

கீழ்க்காணும் தொழிற்பெயர்களைப் பிரித்து பகுபத உறுப்பிலக்கணம் கண்டுபிடிக்க

1. ஆடுதல்
2. பாடுதல்
3. தேடுதல்
4. ஓடுதல்
5. சாடுதல்
6. நாடுதல்
7. கூறுதல்

வியங்கோள் வினைமுற்றுகளைப் பிரிக்கும் முறைகள் :

(க, இய, இயர் என்னும் விகுதிகளைப் பெற்று முடிபவை வியங்கோள் வினைமுற்றுகளாகும்.)

எ-கா: 1. வாழ்க

வாழ்+க

வாழ் - பகுதி
க - வியங்கோள் வினைமுற்று விகுதி

எ-கா: 2

வாழிய
வாழ் + இய
வாழ் - பகுதி
இய - வியங்கோள் வினைமுற்று விகுதி

எ-கா: 3

வாழியர்
வாழ் + இயர்
வாழ் - பகுதி
இயர் - வியங்கோள் வினைமுற்று விகுதி

கீழ்க்காணும் வியங்கோள் வினைமுற்றுகளைப் பிரித்து பகுபத உறுப்பிலக்கணம் காண்க :

1. செல்க
2. வெல்க
3. பொங்குக
4. பொலிக
5. போற்றுக

பெயரெச்சங்களைப் பிரிக்கும் முறைகள் :

எ-கா: நிறைந்த

நிறை+த்(ந்)+த்+அ

நிறை - பகுதி
த் - சந்தி

த், ந் ஆகத் திரிந்தது விகாரம்
த் - இறந்தகால இடைநிலை
அ- பெயரெச்ச விகுதி

குறிப்பு : *(பெயரெச்சங்கள் பெரும்பாலும் 'அ'வில் முடியும்)*

கீழ்க்காணும் பெயரெச்சங்களைப் பிரித்துப் பகுபத உறுப்பிலக்கணம் காண்க :

1. உதிக்கின்ற
2. ஓங்கிய
3. எஞ்சிய
4. நீங்கிய
5. வந்த

முற்றெச்சங்களைப் பிரிக்கும் முறைகள்:

எ-கா:

மகிழ்ந்தனன்

மகிழ் + த்(ந்) + த்+அன்+அன்

மகிழ் - பகுதி
த் - சந்தி
த்(ந்) - ஆனது விகாரம்
த்- இறந்தகால இடைநிலை
அன்- சாரியை
அன் - ஆண்பால் வினைமுற்று விகுதி

கீழ்க்காணும் முற்றெச்சங்களைப் பிரித்துப் பகுபத உறுப்பிலக்கணம் காண்க :

1. கண்டனன்
2. வென்றனன்

3. சென்றனன்
4. தந்தனன்
5. கொண்டனன்

வினையெச்சங்களைப் பிரிக்கும் முறைகள் :

எ-கா: உயர்ந்து

உயர்+த்(ந்)+த்+உ

உயர் - பகுதி
த் - சந்தி
த்(ந்) - ஆனது விகாரம்
த் - இறந்தகால இடைநிலை
உ - வினையெச்ச விகுதி

குறிப்பு : *(வினையெச்சங்கள் பெரும்பாலும் 'உ' வில் முடியும்)*

கீழ்க்காணும் வினையெச்சங்களைப் பிரித்துப் பகுபத உறுப்பிலக்கணம் காண்க :

1. வென்று
2. சென்று
3. தளர்ந்து
4. முடிந்து
5. பிடித்து
6. ஏற்றி
7. பரிந்து
8. சோர்ந்து
9. தவிராது
10. அகழ்ந்து

எதிர்மறை வியங்கோள் வினைமுற்றுகளைப் பிரிக்கும் முறைகள் :

எ-கா: தொடங்கற்க
தொடங்கு + அல் + க
தொடங்கு - பகுதி
அல் - எதிர்மறை இடைநிலை
க - வியங்கோள் வினைமுற்று விகுதி

கீழ்க்காணும் எதிர்மறை வியங்கோள் வினைமுற்றுகளைப் பிரித்துப் பகுபத உறுப்பிலக்கணம் காண்க :

1. எள்ளற்க
2. விரும்பற்க
3. செல்லற்க

10. செய்யுள் பொருளுணர் திறன்

மாணவர்களுக்கு ஒரு முக்கிய அறிவிப்பு :

(கொடுக்கப்பட்டிருக்கும் செய்யுளைப் பலமுறை படித்துப் பார்க்க வேண்டும். அந்தப் பாடலின் கருத்துகளை உள்வாங்கிக் கொள்ள வேண்டும். பாடலின் கீழே வினாக்கள் கொடுக்கப்பட்டிருக்கும். அவ்வினாக்களுக்கான விடைகள் மேற்காணும் பாடலில் செய்யுள் நடையில் இருக்கும். மாணவர்கள் அவற்றை உரைநடை வடிவில் எழுத வேண்டும். பெரும்பாலான மாணவர்கள் பாடலில் இருக்கும் வரிகளையே எழுதுவர். அவ்வாறு எழுதக்கூடாது. அது முறையன்று. அவ்வாறு எழுதினால் குறைந்த மதிப்பெண்களே கிடைக்கும். அதனால் கருத்தை உள்வாங்கிக் கொண்டு சொந்த நடையிலேயே விடைகளை எழுத வேண்டும்.)

கீழ்க்காணும் பாடலைப் படித்துக் கீழே தரப்பட்டுள்ள வினாக்களுக்கு ஏற்ற விடை தருக :

மருத்துவத்தைப் பொறியியலைத் தமிழில் கற்று
மக்கள் நலம் காப்பாற்ற விரும்புகின்ற
கருத்துடைய மாணவர்கள் தோன்ற வேண்டும்!
கடும் உழைப்பால் தமிழர்புகழ் ஓங்க வேண்டும்!
வருங்காலத் தமிழரெல்லாம் அறிவால் இந்த
வையத்தை வியப்படையச் செய்ய வேண்டும்!
இருண்டிருக்கும் நிலைமாறத் தமிழில் கற்போம்!
என்றென்றும் தலைநிமிர்ந்து வாழ்வோம்! வெல்வோம்!

வினாக்கள் :

1. எத்தகைய மாணவர்கள் தோன்ற வேண்டும்?
2. தமிழர் புகழ் எதனால் ஓங்க வேண்டும்?

3. வையத்தை வியப்படையச் செய்யும் வழி யாது?
4. என்றென்றும் தலைநிமிர்ந்து வாழும் வழி என்ன?
5. இப்பாடலுக்குப் பொருத்தமான தலைப்பை எழுதுக.

விடைகள் :

1. மருத்துவத்தையும், பொறியியலையும் தமிழ் மொழியிலேயே கற்று மக்களின் நலத்தைக் காப்பாற்ற விரும்புகின்ற எண்ணமுடைய மாணவர்கள் தோன்ற வேண்டும்.

2. கடுமையாக உழைப்பதன் மூலம் தமிழருடைய புகழ் வானைப்போல் உயர வேண்டும்.

3. வருங்காலத் தமிழ் மக்கள் அனைவரும் அறிவால் வையத்தை வியப்படையச் செய்ய வேண்டும்.

4. தமிழ் மொழியிலேயே அனைத்துப் பாடங்களையும் பயின்றால் தமிழகத்தின் இருண்ட நிலை மாறும். அப்பொழுதுதான் தமிழராகிய நாம் தலைநிமிர்ந்து வாழ முடியும்.

5. 'தமிழில் கற்போம்' - என்பதே இப்பாடலுக்கான பொருத்தமான தலைப்பாகும்.

கீழ்க்காணும் பாடலைப் படித்துக் கீழே கொடுக்கப் பட்டுள்ள வினாக்களுக்கு விடை தருக :

எளிய நடையில் தமிழ் நூல்கள் எழுதிடவும் வேண்டும்.
இலக்கண நூல் புதிதாக இயற்றுதலும் வேண்டும்.
வெளியுலகில் சிந்தனையில் புதிது புதிதாக
விளைந்துள்ள வெற்றியினுக்கும் பெயர்களெல்லாம் கண்டு
தெளிவுறுத்தும் படங்களோடு சுவடியெல்லாம் செய்து
செந்தமிழைச் செழுந்தமிழாய்ச் செய்வதுவும் வேண்டும்

எளிமையினால் ஒரு தமிழன் படிப்பில்லை யென்றால் இங்குள்ள எல்லாரும் நாணிடவும் வேண்டும்.

வினாக்கள் :

1. தமிழ் நூல்கள் எத்தகைய நடையில் எழுதப்பட வேண்டும்?

2. புதிதாக இயற்ற வேண்டிய நூல் எது?

3. செந்தமிழை எவ்வாறு செழுந்தமிழாக்க வேண்டும்?

4. இங்குள்ளோர் எதற்காக நாணிடவும் வேண்டும்?

5. இப்பாடலுக்கு ஏற்ற தலைப்பினைச் சூட்டுக.

விடைகள் :

1. எல்லோர்க்கும் புரியும் வகையில் எளிய நடையில் தமிழ் நூல்கள் எழுதப்பட வேண்டும்.

2. காலத்திற்கு ஏற்றவாறு இலக்கண நூலைப் புதிதாக இயற்ற வேண்டும்.

3. அறிஞர்களின் சிந்தனையில் விளைந்த நூல்களுக்கெல்லாம் தெளிவான பெயரிட்டு, அழகான படங்களைப் போட்டு வெளியிட்டால் செந்தமிழ் செழுந்தமிழாக மாறும்.

4. எந்தெந்த வகைகளில் தமிழ் நூல்களை எளிமைப்படுத்த முடியுமோ, அந்தந்த வழிகளில் தமிழ் நூல்களை எளிமைப்படுத்த வேண்டும். அவ்வாறு எளிய தமிழில் வெளிவந்த நூல்களை தமிழன் கற்கவில்லையென்றால் இங்குள்ள தமிழரனைவரும் நாணிடவும் வேண்டும்.

5. ''தமிழ் நூல்கள் எழுதும் முறை'' - என்பதே இப்பாடலுக்கான பொருத்தமான தலைப்பாகும்.

11. பிறமொழிச் சொற்களுக்கு ஏற்ற தமிழ்ச் சொற்கள் எழுதும் முறைகள்

பிறமொழிச்சொற்கள்	தமிழ்ச்சொற்கள்
1. விஞ்ஞானம்	அறிவியல்
2. சங்கம்	மன்றம்
3. ஆராதனை	வழிபாடு
4. பஜனை	கூட்டு வழிபாடு
5. வாக்கியம்	தொடர்
6. சம்பவம்	நிகழ்ச்சி
7. வாசனை	மணம்
8. அலங்காரம்	ஒப்பனை
9. அங்கத்தினர்	உறுப்பினர்
10. அக்கிரசனாதிபதி	அவைத்தலைவர்
11. பந்து மித்திரர்	உறவினர்
12. விரதம்	நோன்பு
13. சந்தா	கட்டணம்
14. குமாரன்	மகன்
15. குமாரத்தி	மகள்
16. பாரியாள்	மனைவி
17. சாவி	திறவுகோல்
18. ஜன்னல்	காலதர்
19. அபிஷேகம்	திருக்குடமுழுக்கு
20. அந்நியர்	அயலார்

21.	சந்தேகம்	ஐயம்
22.	நஷ்டம்	இழப்பு
23.	இஷ்டம்	விருப்பம்
24.	கஷ்டம்	துன்பம்
25.	நாயகன்	தலைவன்
26.	பரீட்சை	தேர்வு
27.	பிரசங்கம்	சொற்பொழிவு
28.	மைதானம்	திடல்
29.	வேதம்	மறை
30.	அர்த்தம்	பொருள்
31.	போதித்தல்	கற்பித்தல்
32.	துஷ்டன்	தீயவன்
33.	சத்ரு	பகைவன்
34.	சந்தோஷம்	மகிழ்ச்சி
35.	சம்பத்து	செல்வம்
36.	சம்பாஷணை	உரையாடல்
37.	சம்பிரதாயம்	மரபு
38.	கிருகப்பிரவேசம்	புதுமனை புகுதல்
39.	ஸ்திரி	பெண்
40.	யுவராஜன்	இளவரசன்
41.	சகா	தோழன்
42.	சகி	தோழி
43.	துவிஜன்	இருபிறப்பாளன்
44.	மாதா	தாய்
45.	பிதா	தந்தை
46.	அசலம்	மலை
47.	கமலம்	தாமரை

48.	ஜலம்	நீர்
49.	தினசரி	நாள்தோறும்
50.	கர்ணபூஷணம்	காதணிவிழா
51.	மந்திரி	அமைச்சர்
52.	தீபம்	திருவிளக்கு
53.	சித்திரம்	ஓவியம்
54.	சாதம்	வெண்சோறு
55.	சாகசம்	வீரதீரச்செயல்
56.	சரித்திரம்	வரலாறு
57.	தரித்திரம்	வறுமை
58.	இலட்சணம்	அழகு
59.	அவலட்சணம்	அழகின்மை
60.	வஸ்து	பொருள்
61.	அங்க வஸ்திரம்	மேலாடை
62.	சபதம்	சூளுரை
63.	சிபாரிசு	பரிந்துரை
64.	சொப்பனம்	கனவு
65.	சதம்	நூறு
66.	விக்னம்	துன்பம்
67.	ஜாஸ்தி	அதிகம்
68.	குஸ்தி	குத்துச்சண்டை
69.	இரசம்	சாறு
70.	தேகம்	உடல்
71.	சன்னிதானம்	திருமுன்
72.	ஸ்ரீலஸ்ரீ	திருவத்திரு
73.	ஸ்ரீமான்	பெருமதிப்பிற்குரிய
74.	ஸ்நானம்	குளியல்

75. ஸ்தானம்	இடம்
76. புண்ணியஸ்தலம்	புனித இடம்
77. யாத்திரை	புனிதப்பயணம்
78. நித்திரை	உறக்கம்
79. ஆரம்பம்	தொடக்கம்
80. அபூர்வம்	புதுமை
81. உபயோகம்	பயன்
82. முகூர்த்தம்	ஒன்றரை மணி நேரம்
83. விருட்சம்	மரம்
84. சர்பம்	பாம்பு
85. பத்மஸ்ரீ	தாமரைத்திரு
86. சஹஸ்ரம்	கோடி
87. சௌந்தர்யம்	அழகு
88. ரீவம்	கழுத்து
89. ஸர்வர்ணம்	பொன்
90. லோசனம்	கண்
91. பிராணன்	உயிர்
92. பிராண வாயு	உயிர்வளி
93. சிகிச்சை	மருத்துவம்
94. அதிர்ஷ்டம்	நற்பேறு
95. ஐஸ்வர்யம்	செல்வம்
96. யோசனை	சிந்தனை
97. சேனாதிபதி	படைத்தலைவர்
98. பூர்ணம்	முழுமை
99. ஆரோக்கியம்	உடல்நலம்
100. விஷம்	நஞ்சு
101. வியாக்கியானம்	விரிவுரை

102. சர்வகலா சாலை		பல்கலைக்கழகம்
103. க்ருஷ்		இருள்
104. உற்சாகம்		ஊக்கம்
105. கிராமம்		சிற்றூர்
106. விஜயதசமி		வெற்றிப்பதமி
107. மூலஸ்தானம்		கருவறை
108. பிரகாரம்		திருச்சுற்று
109. உபநயனம்		பூணூல் சடங்கு
110. யாத்ரீகர்		இறைவழிப்போக்கர்
111. தீர்த்த அபிஷேகம்		திருப்புனலாட்டு
112. நைவேத்தியம்		படைப்பு
113. அர்ச்சகர்		வழிபாட்டாசான்
114. தரிசனம்		காட்சி
115. பிரசாதம்		திருச்சோறு
116. சித்ரா பௌர்ணமி		மேழமதியம்
117. அமாவாசை		கார்உவா
118. கர்மம்		செயல்
119. முக்தி		வீடுபேறு
120. சாஸ்திரியார்		கலைஞர்
121. ஜனங்கள்		மக்கள்
122. சுகம்		நலம்
123. சில்மிஷம்		தொந்தரவு
124. கரம்		கை
125. வருஷம்		ஆண்டு
126. பஞ்சம்		ஐந்து
127. கிரௌஞ்சம்		பறவை
128. பரிசோதனை		ஆராய்ச்சி

129. பிரியம்	அன்பு
130. பிரேதம்	பிணம்
131. கன்னிகாஸ்திரி	திருமணம் ஆகாதவர்
132. மாதுலன்	மாமன்
133. உத்தரவு	கட்டளை
134. பதில்	விடை
135. ஜாதி	இனம்
136. அனுமதி	இசைவு
137. அவசரம்	விரைவு
138. ஆபத்து	இடர்
139. மனம்	உள்ளம்
140. தபஸ்வி	முனிவர்
141. பிரச்சினை	சிக்கல்
142. பஸ்பம்	பொடி
143. சௌக்கியம்	நலம்
144. வேதாரண்யம்	திருமறைக்காடு
145. சுவேதாரண்யம்	திருவெண்காடு
146. பவித்ரம்	தூய்மை
147. போஜனம்	உணவு
148. லோகம்	உலகம்
149. ஸ்லோகம்	பாடல்
150. ஜெயம்	வெற்றி
151. பஜார்	கடைத்தெரு
152. உத்யோகஸ்தர்	பணியாளர்
153. மாமூல்	வழக்கம்
154. ஆஸ்தி	சொத்து

12. மரபுப் பிழைகளைத் திருத்தி எழுதுதல்

மரபு :

எந்தப் பொருளை எந்தச் சொல்லால் பெரியோர் வழங்கி வந்தார்களோ அந்தப் பொருளை அந்தச் சொல்லால் அப்படியே நாமும் வழங்கி வருவது மரபு எனப்படும்.

எ-கா: பனை ஓலை
தென்னங்கீற்று

மரபுப் பிழைகளைத் திருத்தி எழுதுக:

வினாக்கள் :

1. செங்கமலம் பாய் நெய்தாள்.
2. யானை கத்தியது.
3. தென்னை இலையால் துடைப்பம் செய்தனர்.
4. முருங்கை இலையைச் சமைத்தனர்
5. காட்டில் நரி கிரீச்சிட்டது.
6. சிங்கக் குட்டி அழகாக இருக்கும்
7. வாழை ஓலையில் சாப்பிடுவது நல்லது.
8. ஆட்டுப் பாகன் ஆடுகளைக் கணக்கிட்டான்.
9. கூடை தைத்தாள்.
10. பானை செய்தான்.

விடைகள் :

1. செங்கமலம் பாய் **பின்னினாள்**.
2. யானை **பிளிறியது**.
3. **தென்னங்கீற்றால்** துடைப்பம் செய்தனர்.

4. முருங்கைக்கீரையைச் சமைத்தனர்.
5. காட்டில் நரி ஊளையிட்டது.
6. சிங்கக்குருளை அழகாக இருக்கும்.
7. வாழை இலையில் சாப்பிடுவது நல்லது.
8. ஆட்டு இடையன் ஆடுகளைக் கணக்கிட்டான்.
9. கூடை முடைந்தாள்.
10. பானை வனைந்தான்.

இன்றியமையாத சில மரபுச் சொற்கள் :

(இவைகளை மாணவர்கள் அப்படியே மனப்பாடம் செய்வது சாலச் சிறந்தது)

1. நாய் குரைக்கும்
2. சேவல் கூவும்
3. கோழி கொக்கரிக்கும்
4. குதிரை கனைக்கும்
5. எலி கிரீச்சிடும்
6. ஆந்தை அலறும்
7. மயில் அகவும்
8. மாடு கத்தும்
9. காகம் கரையும்
10. கிளி பேசும்
11. குயில் பாடும்
12. புலி உறுமும்
13. சிங்கம் கர்ஜிக்கும்
14. கூகை குழறும்
15. தென்னம்பிள்ளை
16. அணில்பிள்ளை
17. கீரிப்பிள்ளை

18. ஆட்டுக்குட்டி
19. யானைக்கன்று
20. வாழைக்குருத்து
21. கோழிக்குஞ்சு
22., யானைப்பாகன்
23. பூந்தோட்டம்
24. மாந்தோப்பு
25. கரும்புத்தோட்டம்
26. ஆட்டுப்பட்டி
27. குதிரை இலாயம்
28. கூரை வேய்
29. நீர் பருகு
30. மான் கன்று
31. மாவிலை
32. மாந்தளிர்
33. மாங்கன்று
34. புளியம்பிஞ்சு
35. பனங்குரும்பை
36. ஆட்டுப் பிழுக்கை
37. கழுதை விட்டை
38. மாட்டுத் தொழுவம்
39. காய்கறி நறுக்கு
40. அணிகலன் அணி

13. வழூஉச் சொற்களைத் திருத்தி எழுதுதல்

வழூஉ : பிழையான சொற்களே வழூஉச் சொற்கள் எனப்படும்.

வழூஉ - பிழையான

வழூஉச் சொற்களை நீக்கி எழுதக் கற்று கொள்ள வேண்டும்.

பின்வரும் வாக்கியங்களில் உள்ள (வழூஉச் சொற்களை) திருத்தி எழுதுக :

வினாக்கள் :

1. வண்டிகள் சாலையின் இடது பக்கம் செல்ல வேண்டுஂ.
2. தணிகாசலம் தாவாரத்தில் படுத்துறங்கினான்.
3. கடைக்குச் சென்று எண்ணை வாங்கி வா.
4. என் பேத்தி பத்தாம் வகுப்புப் படிக்கிறாள்.
5. வேண்டாத சொற்களைச் சுவற்றில் எழுதாதே.
6. வேர்வை வெளியேறினால்தான் உடல் நலமாக இருக்கும்.
7. கோயிலில் தின்னீர் தந்தார்கள்.
8. நேற்று நான் அதிகம் சிலவு செய்தேன்.
9. ஊரில் எங்களுக்குப் பத்து ஏக்கர் புஞ்சை நிலம் .
10. தலைக்கு சீயக்காய் போடு.

விடைகள் :

1. வண்டிகள் சாலையின் **இடப்பக்கம்** செல்ல வேண்டும்.
2. தணிகாசலம் **தாழ்வாரத்தில்** படுத்துறங்கினான்.
3. கடைக்குச் சென்று **எண்ணெய்** வாங்கி வா.
4. என் **பெயர்த்தி** பத்தாம் வகுப்புப் படிக்கிறாள்.
5. வேண்டாத சொற்களைச் **சுவரில்** எழுதாதே.
6. **வியர்வை** வெளியேறினால்தான் உடல் நலமாக இருக்கும்.
7. கோயிலில் **திருநீறு** தந்தார்கள்.
8. நேற்று நான் அதிகம் **செலவு** செய்தேன்.
9. ஊரில் எங்களுக்குப் பத்து ஏக்கர் **புன்செய்** நிலம் இருக்கிறது.
10. தலைக்கு சிகைக்காய் போடு.

இன்றியமையாத சில வழூஉச் சொற்களும் திருத்தங்களும் :

வழூஉச் சொற்கள்	திருத்தம்
1. தலகாணி	தலையணை
2. பாவக்காய்	பாகற்காய்
3. நஞ்சை	நன்செய்
4. பேரன்	பெயரன்
5. வலது பக்கம்	வலப்பக்கம்
6. கோடாரி	கோடரி
7. வெண்ணை	வெண்ணெய்
8. வத்தல்	வற்றல்
9. திருவாணி	திருகாணி
10. வெண்ணீர்	வெந்நீர்

11.	துகை	தொகை
12.	கழட்டு	கழற்று
13.	சிகப்பு	சிவப்பு
14.	புண்ணாக்கு	பிண்ணாக்கு
15.	ரொம்ப	நிரம்ப
16.	குடக்கூலி	குடிக்கூலி
17.	அருகாமை	அருகில்
18.	அடமானம்	அடைமானம்
19.	நோம்பு	நோன்பு
20.	உசிர்	உயிர்
21.	ஊரணி	ஊருணி
22.	ஒருவள்	ஒருத்தி
23.	ஒட்டரை	ஒட்டடை
24.	தொத்து நோய்	தொற்று நோய்
25.	நேத்து	நேற்று
26.	மானம் பாத்த பூமி	வானம் பார்த்த பூமி
27.	ஒத்தடம்	ஒற்றடம்
28.	கண்ணாலம்	கலியாணம்
29.	கயறு	கயிறு
30.	நாத்தம்	நாற்றம்
31.	பண்டக சாலை	பண்டசாலை
32.	புடவை	புடைவை
33.	தங்கச்சி	தங்கை
34.	காஞ்சி போச்சு	காய்ந்து போயிற்று
35.	பசும்பால்	பசுப்பால்
36.	ஆயிதம்	ஆயுதம்
37.	இன்னிக்கு	இன்றைக்கு
38.	தொந்திரவு	தொந்தரவு
39.	ஆத்தங்கரை	ஆற்றுக்கரை, ஆற்றங்கரை

14. சொற்றொடர்களை வாக்கியத்தில் அமைத்து எழுதுதல்

பின்வரும் சொற்றொடர்களை வாக்கியத்தில் அமைத்து எழுதுக :

1. கண்ணுங் கருத்துமாய்
2. தங்குதடையின்றி
3. தொன்று தொட்டு
4. அல்லும் பகலும்
5. ஐயந்திரிபற

விடைகள் :

1. மாணவர்கள் **கண்ணுங் கருத்துமாய்க்** கற்றால் வாழ்வில் முன்னேறலாம்.

2. அறிஞர் அண்ணா சொற்பொழிவாற்றினால் சொற்கள் அவர் வாயிலிருந்து **தங்கு தடையின்றி** ஓடி வரும்.

3. தமிழ்மொழி **தொன்றுதொட்டு** வழங்கி வரும் மொழியாகும்.

4. எந்த மாணவன் **அல்லும் பகலும்** அயராது படிக்கின்றானோ அவன் கண்டிப்பாக மாநிலத்தில் முதலாவதாக வருவான்.

5. நாம் இலக்கியங்களை **ஐயந்திரிபற** கற்க வேண்டும்.

பின்வரும் சொற்றொடர்களை வாக்கியத்தில் அமைக்க :

1. ஈடும் எடுப்பும்
2. இலை மறை காயாக
3. சீரும் சிறப்பும்
4. பழக்க வழக்கங்கள்
5. பேரும் புகழும்
6. விருப்பு வெறுப்பு
7. ஏற்றத்தாழ்வு
8. சீராட்டிப் பாராட்டி
9. கண்டிப்பாக
10. ஈடு இணையில்லா

15. மரபுத்தொடர்களை வாக்கியத்தில் அமைத்தல்

பின்வரும் மரபுத் தொடர்களை வாக்கியத்தில் அமைத்து எழுதுக:

1. சீட்டு கிழிக்கப்பட்டது.
2. முதலைக் கண்ணீர்.
3. தாளம் போடுகிறான்.
4. கயிறு திரிக்கிறான்.
5. மனப்பால் குடித்தல்.

விடைகள்:

1. கோபி தான் வேலை செய்த அலுவலகத்தில் பணத்தைக் கையாடல் செய்ததற்காக அவன் **சீட்டு கிழிக்கப்பட்டது.**

2. திருடிய பொருளுடன் சிக்கிக் கொண்ட பொன்னன் காவலர்களிடமிருந்து தப்பிக்கக் கருதி **முதலைக்கண்ணீர் வடித்தான்.**

(முதலைக் கண்ணீர் - பொய் அழுகை)

3. மணி உழைக்காத காரணத்தால் உணவுக்குத் **தாளம் போடுகிறான்.**

(தாளம் போடுகிறான் - துன்பப்படுகிறான்)

4. பணத்தை மறைத்து வைத்த கந்தன், உரியவர் வந்து பணத்தைக் கேட்டதும், தொலைந்து விட்டது என்று **கயிறு திரிக்கிறான்.**

(கயிறு திரிக்கிறான் - பொய் சொன்னான்)

5. தமயந்தி தனக்கே மாலையிடுவாள் என்று அனைத்து நாட்டு அரசர்களும் **மனப்பால் குடித்தனர்**.

(மனப்பால் குடித்தல் - கற்பனை செய்தல்)

பின்வரும் மரபுத் தொடர்களை வாக்கியத்தில் அமைக்க

1. ஆகாயத்தாமரை - *(இல்லாத ஒன்று)*
2. மலையேறிவிட்டது - *(பழைய பழக்கம் மறைந்து விட்டது)*
3. மதில்மேல் பூனை - *(நிச்சயம் இல்லாத நிலை)*
4. கொடிகட்டிப் பறத்தல் - *(பெரும்புகழோடு வாழ்தல்)*
5. கோயில் பெருச்சாளி - *(பொதுச் சொத்தைத் தின்பவன்.)*
6. புத்தகப்புழு - *(நூலறிவு மட்டுமே உள்ளவன்.)*
7. கிணற்றுத் தவளை - *(உலக விஷயங்களை அறியாதவன்)*
8. ஓலை வந்து விட்டது - *(ஆணை பிறந்தது)*
9. கம்பி நீட்டினான் - *(ஓடிப்போய் விட்டான்)*
10. வாயில்லாப் பூச்சி - *(பேசத் தெரியாதவன்)*

16. உவமைகளை வாக்கியத்தில் அமைத்தல்

பின்வரும் உவமைகளை வாக்கியத்தில் அமைத்து எழுதுக :

1. பசுமரத்தாணி போல
2. அடியற்ற மரம் போல
3. நகமும் சதையும் போல
4. கடல் மடை திறந்தாற் போல
6. மழை காணாப் பயிர் போல

விடைகள் :

1. எங்கள் தமிழாசிரியர் நடத்திய செய்யுள் எங்கள் மனதில் **பசுமரத்தாணி** போல பதிந்தது.

2. கோவலன் இறந்த செய்தியறிந்த கண்ணகி **அடியற்ற மரம் போல** சாய்ந்தாள்.

3. கண்ணனும் பொன்னனும் **நகமும் சதையும் போல** இணை பிரியாத நண்பர்களாய் இருக்கின்றனர்.

4. பேராசிரியர் சாரங்கபாணி அவர்கள் பேசினால் அவர் வாயிலிருந்து சொற்கள் **கடல் மடை திறந்தாற் போல** வெளி வரும்.

5. சீவகன் தன் தந்தையை இழந்த காரணத்தால் **மழை காணாப் பயிர் போல** வாடினான்.

பின்வரும் உவமைகளை வாக்கியத்தில் அமைக்க :

1. நிலவும் வானும் போல
2. கல்மேல் எழுத்துப் போல

3. அடுத்தது காட்டும் பளிங்கு போல
4. இடியோசை கேட்ட நாகம் போல
5. சேற்றில் முளைத்த செந்தாமரை போல
6. குன்றின் மேலிட்ட விளக்குப் போல
7. சிறு துரும்பும் பல்குத்த உதவும்
8. நீர் மேல் எழுத்துப் போல
9. விளையும் பயிர் முளையிலேயே தெரியும்
10. தொட்டில் பழக்கம் சுடுகாடு மட்டும்

பின்குறிப்பு :

(தேர்வில் 'வாக்கியத்தில் அமைத்து எழுதுக' என்னும் ஒரு பகுதி இடம் பெறும். மாணவர்கள் அப்பகுதியில் கொடுக்கப்பட்டுள்ள வாக்கியங்களை ஆழ்ந்து படிக்க வேண்டும். பின்பு, கொடுக்கப்பட்டுள்ள வாக்கியங்களுள் எவை சொற்றொடர்கள், எவை மரபுத்தொடர்கள், எவை பழமொழிகள் என்பதைக் கண்டறிய வேண்டும். பின்பு அவைகளை வாக்கியங்களாக அமைத்து எழுத வேண்டும்.)

□□□

17. பொருத்தமான நிறுத்தற்குறிகள் அமைத்தல்

நிறுத்தற்குறிகள் : நாம் பேசும் போதும், பழகும் போதும், எழுதும்போதும் தேவையான இடத்தில் சொற்களைச் சேர்க்கவும், சிலவிடங்களில் பிரிக்கவும், நிறுத்தவும் வேண்டும். அப்போதுதான் நாம் என்ன பேசுகிறோம் என்பது மற்றவருக்குப் புரியும்.

பேச்சின் ஓட்டத்தை நிறுத்த சில குறியீடுகள் உள்ளன. அவற்றை நிறுத்தற்குறிகள் என்பர். அவைகளில் சிலவற்றை இவண் நோக்குவோம்.

1. காற்புள்ளி (,)

அ) பொருள்களைப் பிரித்து எண்ணுமிடங்களில் காற்புள்ளி இடம்பெறும்.

எ-கா: வள்ளி, செல்வி, தேன்மொழி மூவரும் ஓட்டப் பந்தயத்தில் கலந்து கொண்டனர்.

ஆ) மற்றவர்களை அழைக்கும்போது அவர்களை அழைப்பதற்குப் பின் காற்புள்ளி இடம் பெறும்.

எ-கா: பேராசிரியர்களே, பெரும் செல்வந்தர்களே, வணங்குகிறேன்.

இ) பொருளைத் தொகுத்துச் சொல்லும்போதோ, பிரித்துச் சொல்லும்போதோ கால்புள்ளி இடம் பெறும்.

எ-கா: ஆதலால், நாம் கூட வேண்டும். எனவே, நீங்கள் பொருள் தேட வேண்டும், அவர் திறமையான வரே, ஆனால் அவர் திறமையை வெளிப்படுத்த வாய்ப்புகள் கிடைப்பதில்லை.

2. அரைப்புள்ளி (;)

அ) தொடர் வாக்கியத்தில் அரைப்புள்ளி இட வேண்டும்.

எ-கா: வளவன் அயராது உழைத்தான்; பாராட்டப் பட்டான்; பரிசு பெற்றான்.

ஆ) ஒரே தொடரில் வேறுபட்ட கருத்துகள் வரும்போது, பிரித்தறிய இக்குறியிட வேண்டும்.

எ-கா: கந்தன் நல்லவன்தான்; ஆனால் காரியத்தில் வல்லவன் இல்லை.

3. முக்காற்புள்ளி (:)

அ) ஒரு கூற்றை எடுத்துச் சொல்லும்போது முக்காற்புள்ளி இட வேண்டும்.

எ-கா: பாரதியார் பாடுகின்றார்:

செந்தமிழ் நாடெனும் போதினிலே - இன்பத் தேன் வந்து பாயுது காதினிலே.

ஆ) பலபொருள் அல்லது செய்திகள் அடங்கிய பட்டியல் முன்னும் பொருள் விளக்கங்களின் முன்னும் முக்காற் புள்ளி இட வேண்டும்.

எ-கா: பஞ்ச பூதங்களாவன: 1. நிலம் 2. நீர் 3. நெருப்பு 4. ஆகாயம் 5. காற்று என்பனவாம்.

எ-கா: 2. நீரின் பயன்களைத் தெரிந்து கொள்ளுங்கள்:

நீர் குடிப்பதற்குப் பயன்படுகிறது, குளிப்பதற்குப் பயன்படுகிறது, துணிகளைத் துவைக்கப் பயன்படு கிறது, சமையல் செய்வதற்குப் பயன்படுகிறது.

4. முற்றுப்புள்ளி (.)

அ) வாக்கியத்தின் முடிவில் முற்றுப்புள்ளி இட வேண்டும்.

எ-கா: இளங்கோவடிகள் சிலப்பதிகாரம் இயற்றினார்.

ஆ) சொற் சுருக்கத்தில் முற்றுப்புள்ளி வரும்.

எ-கா: மு.வ. (முனுசாமி வரதராசனார்)

ச.வே.சு. (சண்முக வேலாயுத சுப்பிரமணியனார்)

5. ஒற்றை மேற்கோள் குறி (' ')

ஒன்றின் சிறப்பையோ, ஒருவரின் சிறப்பையோ எடுத்துரைக்கும் இடங்களில் ஒற்றை மேற்கோள் குறி இடம் பெறும்.

எ-கா: தமிழ் என்றால் 'இனிமை' என்பது பொருள்.

எ-கா: 2. பேராசிரியர் வ.சுப.மாணிக்கனார் அவர்கள் 'மூதறிஞர் செம்மல்' எனப் போற்றப்படுகிறார்.

6. இரட்டை மேற்கோள் குறி (" ")

நேர்க்கூற்று தொடங்கும் போது இரட்டை மேற்கோள் குறி இடம் பெறும்.

எ-கா: ''நான் நாளை வருவேன்'' என்று கண்ணன் கூறினான்.

7. வினாக்குறி (?)

வினா வாக்கியத்தின் பின் வினாக்குறி வரும்.

எ-கா: செல்வன் எங்கே?

மாணிக்கம் சென்றானா?

8. வியப்புக்குறி (!)

அ) உணர்ச்சிகளைக் காட்டும் சொற்களுக்குப் பின்பும், வாக்கியங்களின் பின்னும் வியப்புக்குறி வரும்.

எ-கா: அந்தோ! பாவம்! பசு இறந்து விட்டதே!

ஓடு! ஓடு! பாம்பு வருகிறது!

ஆ) வரவேற்றல், வாழ்த்துதல், வைதல் ஆகிய உணர்ச்சிகளை வெளியிடும் வாக்கியங்களுக்குப் பின் வியப்புக்குறி வரும்.

எ-கா: பெரியோர்களே வாருங்கள்!
வாழ்க! மன்னா வாழ்க!
எங்கள் பகைவர் இன்றே வீழ்க!

பின்குறிப்பு : *(மாணவர்கள் இப்பகுதியை ஆழ்ந்து கற்க. பின்பு நீங்களே உமது புத்தகத்தில் இடம் பெற்றுள்ள வாக்கியங்களை முறையோடு செய்து பார்க்க.)*

18. தொகைச் சொற்களை விரித்தெழுதுதல்

தொகை – விளக்கம் :

தொகை என்னும் சொல்லுக்கு தொகுக்கப்பட்டது என்பது பொருள். அவ்வாறு தொகுக்கப்பட்ட சொல்லை விரித்து எழுதும் முறைக்கு 'தொகைச் சொற்களை விரித்து எழுதுதல்' என்றுபெயர். இங்குத் தொகை என்பது எண்ணிக்கையைக் குறிக்கும்.

பின்வரும் தொகைச் சொற்களை விரித்தெழுதுக:
வினாக்கள் :

1. ஐந்திணை
2. ஐம்பால்
3. ஐம்பெருங்காப்பியங்கள்
4. ஐஞ்சிறு காப்பியங்கள்
5. ஐம்பெரும்பூதங்கள்
6. ஐம்பொறிகள்
7. ஐம்புலன்
8. ஐந்திலக்கணம்
9. ஐந்தொகை
10. ஐவிரல்

விடைகள் :

1. 1. குறிஞ்சி, 2. முல்லை, 3. மருதம், 4. நெய்தல், 5. பாலை

2. ஐம்பால்: 1. ஆண்பால், 2. பெண்பால் 3. பலர்பால் 4. ஒன்றன்பால் 5. பலவின்பால்

3. 1. சீவகசிந்தாமணி, 2. சிலப்பதிகாரம், 3. மணிமேகலை, 4. வளையாபதி, 5. குண்டலகேசி

4. 1. நீலகேசி 2. உதயணகுமார காவியம், 3. நாககுமார காவியம், 4. யசோதர காவியம், 5. சூளாமணி

5. 1. நிலம் 2. நீர் 3. நெருப்பு 4. காற்று 5. ஆகாயம்

6. 1. மெய் 2. வாய் 3. கண் 4. மூக்கு 5. செவி

7. 1. சுவை 2. ஒளி 3. ஊறு 4. ஓசை 5. நாற்றம்

8. 1. எழுத்து, 2. சொல் 3. பொருள் 4. யாப்பு 5. அணி

9. 1. முதல் 2. வரவு 3. செலவு 4. இருப்பு 5. ஆதாயம்

10. 1. சுட்டுவிரல் 2. மோதிர விரல் 3. நடுவிரல் 4. ஆள் காட்டி விரல் 5. கட்டை விரல்

கீழ்வரும் தொகைச் சொற்களை விரித்தெழுதுக :

1. மூவண்ணம்
2. முக்கனி
3. இருவினை
4. மூவேந்தர்
5. நாற்படை
6. நாற்றிசை
7. நாற்குணம்
8. நான்மறை
9. முத்தமிழ்
10. நாற்பால்
11. பஞ்சபாண்டவர்
12. முத்தீ
13. முக்காலம்
14. முந்நீர்
15. முச்சுடர்
16. மூவிடம்
17. ஈரெச்சம்
18. அறுசுவை
19. எண்பேராயம்
20. ஐம்பெருங்குழு
21. முக்குணம்
22. மும்மூர்த்திகள்
23. முப்பெருந்தேவியர்
24. கடையெழு வள்ளல்
25. நவரத்தினங்கள்
26. நவமணிகள்
27. எழுபிறப்பு
28. முப்பால்
29. நவதானியங்கள்

19. பல பொருள் குறித்த ஒரு சொல்

ஒரு சொல் ஒன்றுக்கு மேற்பட்ட பொருள் தருவதாய் இருந்தால் அதனைப் பல பொருள் குறித்த ஒரு சொல் என வழங்குகிறோம்.

பலபொருள் குறித்த ஒரு சொல்லை எழுதி, அதன் பல பொருள்களையும் எழுதுக :

1. திங்கள்
2. மதி
3. மெய்
4. மா
5. அன்னம்
6. மடி
7. மாடு
8. வேழம்

விடைகள் :

1. கிழமை, நிலவு, மாதம்
2. அறிவு, நிலவு, பிறரை மதித்தல்
3. உண்மை, உடல்
4. மாமரம், விலங்கு
5. பறவை, உணவு
6. சோம்பல், இறத்தல்
7. செல்வம், விலங்கு
8. மூங்கில், யானை, கரும்பு

(பல பொருள் தரும் ஒரு சொல்லை மாணவர்கள் கண்டறிந்து அவற்றில் பயிற்சி மேற்கொள்ள வேண்டும்.)

20. ஒரு பொருள் குறித்த பல சொற்கள்

ஒரு பொருள் குறிக்கும் பல சொற்களை எழுதி, அதன் பொருளையும் எழுதுக :

1. அன்னை
2. வசை
3. மாசு
4. புவி
5. அழகு
6. யானை
7. உணவு
8. மன்னன்

விடைகள் :

1. பெற்றவள், தாய்
2. பழி, குற்றம்
3. குற்றம், அழுக்கு
4. உலகம், நிலம்
5. எழில், பொலிவு
6. உம்பல், கைம்மா
7. உணா, அடிசில்
8. கொற்றவன், அரசன்

21. சொற்பொருள் வேறுபாடு அறிதல்

சொற்பொருள் வேறுபாடு அறிக :

1. கலை, களை
2. அலை, அளை
3. விலை, விளை
4. பழம், பலம்
5. வலை, வளை
6. கரை, கறை
7. குரை, குறை
8. மரை, மறை
9. வலம், வளம்
10. கலம், களம்
11. மனம், மணம்
12. ஒரு, ஒறு
13. பெரு, பெறு
14. உரு, உறு
15. அரை, அறை
16. நிரை, நிறை
17. உரை, உறை
18. பரவை, பறவை
19. விரகு, விறகு
20. மரம், மறம்
21. அரம், அறம்
22. வால், வாள்
23. ஒலி, ஒளி
24. கலி, களி
25. திரை, திறை

விடைகள் :

1. கலை - ஓவியம், சிற்பம், நடனம் போன்றவை
   களை - பயிருக்கு இடையே முளைப்பது.

2. அலை - கடலலை, அலைந்து திரிதல்
   அளை - புற்று

3. விலை - பொருளின் விலை
   விளை - பயிர்களை விளைய வைத்தல்

4. பழம் - உண்ணும் பொருள்
   பலம் - வலிமை

5. வலை - மீன் பிடிக்கும் வலை
   வளை - ஒரு கோட்டையைச் சுற்றி வளைத்தல்

6. கரை - கடற்கரை
   கறை - துணியில் உள்ள கறை
7. குரை - நாயின் சத்தம்
   குறை - குறைத்தல்
8. மரை - மான்
   மறை - ஏதாவதொன்றை மறைத்தல்
9. வலம் - வலம் வருதல்
   வளம் - நாட்டு வளம்
10. கலம் - கப்பல்
    களம் - போர் நடைபெறும் இடம்
11. மனம் - உள்ளம்
    மணம் - வாசனை
12. ஒரு - எண்களில் முதலில் உள்ள ஒன்று என்ற எண்ணின் மற்றொரு பெயர்
    ஒறு - தண்டித்தல்
13. பெரு - பெருத்த
    பெறு - ஒன்றைப் பெறுதல்
14. உரு - உருவம்
    உறு - பெரிய
15. அரை - ஒன்றில் பாதி
    அறை - வீட்டின் உள்பகுதி
16. நிரை - கூட்டம்
    நிறை - எடை
17. உரை - சொல்
    உறை - வாளைப் பாதுகாக்கும் உறை

18. பரவை - கடல்
 பறவை - வானில் பறப்பது

19. விரகு - தந்திரம்
 விறகு - அடுப்பெரிக்கப் பயன்படுவது

20. மரம் - தாவரம்
 மறம் - வீரம்

21. அரம் - மரமறுக்கும் கருவி
 அறம் - தருமம்

22. வால் - விலங்கின் ஓர் உறுப்பு
 வாள் - போர்வாள்

23. ஒலி - சத்தம்
 ஒளி - வெளிச்சம்

24. கலி - துன்பம்
 களி - மகிழ்ச்சி

25. திரை - அலை
 திறை - வரி

□□□

22. ஆங்கிலப் பழமொழிகளும் அவற்றுக்கு இணையான தமிழ்ப் பழமொழிகளும்

1. Friend in need is a friend indeed
   ஆபத்தில் உதவுபவனே அருமையான நண்பன்.

2. All that glitters is not gold.
   மின்னுவதெல்லாம் பொன்னல்ல

3. `A Smooth tongue and an evil heart.
   உள்ளொன்று வைத்துப் புறம் ஒன்று பேசாதே.

4. As is the king, so are his subjects.
   மன்னன் எவ்வழியோ மக்களும் அவ்வழியே.

5. Barking dogs seldom bite
   குரைக்கிற நாய் கடிக்காது.

6. Calm before the storm
   புயலுக்கு முன் அமைதி.

7. Do not add fuel to the flame
   எரிகிற நெருப்பில் எண்ணெய் ஊற்றாதே.

8. Face is the index of the mind.
   அகத்தின் அழகு முகத்தில் தெரியும்.

9. Empty vessels make the most noise.
   குறைகுடம் கூத்தாடும்.

10. East or west, Home is the best.
    எலி வளையானாலும் தனிவளை வேண்டும்.

11. Too much of anything is good for nothing.
    அளவுக்கு மிஞ்சினால் அமுதமும் நஞ்சு.

12. Haste makes waste
    பதறாத காரியம் சிதறாது.

13. Homer too nods.
    ஆனைக்கும் அடி சறுக்கும்.

14. Love is God.
    அன்பே கடவுள்

15. Money makes many things.
    பணம் பத்தும் செய்யும்.

16. Lamb at home and a lion at the chase.
    வீட்டில் எலி, வெளியில் புலி.

17. Knowledge is power
    அறிவே ஆற்றல் வாய்ந்தது.

18. Tit for tat
    பழிக்குப் பழி

19. Time once last, is lost for ever.
    கடந்த காலம் என்றும் மீளாது.

20. Time and tide wait for none.
    அய்யர் வரும்வரை அமாவாசை காத்திருக்காது.

21. Prevention is better than cure.
    வருமுன் காப்பதே நல்லது.

22. Man Proposes, God disposes.
    தானொன்று நினைக்கத் தெய்வம் ஒன்று நினைக்கும்.

23. One flower makes no garland
தனி மரம் தோப்பாகாது.

24. The law maker should not be a law breaker.
சட்டத்தை உருவாக்குபவனே அதனை மீறக்கூடாது.

25. No smoke without fire.
நெருப்பின்றிப் புகையாது.

26. Where there is a will, there is a way.
மனமிருந்தால் மார்க்கமுண்டு.

27. Union is strength.
ஒற்றுமையே பலம்.

28. Self help is the best help.

தன் கையே தனக்கு உதவி.

29. First deserve, then desire.
முடவன் கொம்புத் தேனுக்கு ஆசைப்படலாமா?

30. A young calf knows not fear.
இளங்கன்று பயமறியாது.

31. Love thy neighbours
பிறரை நேசி

32. Practise makes a man perfect.
அனுபவமே ஒருவனை மனிதனாக்கும்

33. Art is long and life is short.
கல்வி கரையில; கற்பவர் நாள் சில.

34. A penny saved is a penny gained.
சிறு துளி பெருவெள்ளம்

35. Birds of the same feather flock to gether.
    இனம் இனத்தோடு சேரும்.

36. Covert all lose all
    பேராசை பேரிழப்பு

37. Do as a Romans do when you are in Rome
    உலகத்தோடு ஒட்ட ஒழுகு

38. Do not rob peter, and pay paul.
    கடைத் தேங்காயை எடுத்து வழிப்பிள்ளையாருக்கு உடைக்காதே

39. Distance lends enchantment to the view.
    இக்கரைக்கு அக்கரை பச்சை.

40. Every tide has its ebb
    ஏற்றமிருந்தால் இறக்கமும் இருக்கும்.

41. Idleness is the root cause of all illness.
    சோம்பல்தான் எல்லாத் துன்பங்களுக்கும் காரணம்.

42. Look before you leap.
    ஆழமறியாமல் காலை விடாதே.

43. Strike while the iron is hot.
    பருவத்தே பயிர் செய்.

44. Sadness and gladness succeed each other.
    வறுமை ஒரு காலம், வளமை ஒரு காலம்.

45. The chracter is lost, every thing is lost.
    ஒழுக்கம் தவறினால் அனைத்தும் தவறினது போலாகும்.

46. To the good people world appears good.
    நல்லவர்களுக்கு உலகம் நல்லதாகவே தெரியும்.

47. Good books are good friends.
    நல்ல புத்தகங்கள் நல்ல நண்பர்களைப் போன்றவை.

48. Once a teacher ever a student.
    கற்றுக் கொடுக்கும் ஆசிரியர், கற்றுக் கொள்ளும் மாணவராகவே எப்பொழுதும் இருக்க வேண்டும்.

49. Talkless and do more.
    குறைவாகப் பேசு; நிறைவாகச் செய்.

50. Diamonds cuts diamond
    முள்ளை முள்ளால்தான் எடுக்க வேண்டும்.

51. All village is my village; All men is my kins men.
    யாதும் ஊரே யாவரும் கேளிர்.

52. Art for art.
    கலை கலைக்காகவே.

53. Necessity is the mother of Invention
    தேவையே கண்டு பிடிப்பின் தாய்.

54. Truth alone triumphs
    வாய்மையே வெல்லும்.

55. Make hay while the sun shines
    காற்றுள்ள போதே தூற்றிக் கொள்.

56. The pen is mightier than the sword.
    பேனா முனை கத்தி முனையை விட வலிமையானது.

57. The blood is thicker than water.
 தான் ஆடாவிட்டாலும் தன் தசை ஆடும்.

58. As is the mother, so is her daughter.
 தாய் எவ்வழியோ மகளும் அவ்வழியே.

59. The new brooms sweep well
 புதிய துடைப்பம் நன்கு துடைக்கும்.

60. Something is better than nothing.
 எதுவும் இல்லாமல் இருப்பதை விட; ஏதேனும் சிறிது இருப்பது நல்லது.

23. இலக்கிய நயம் பாராட்டல்

இப்பகுதி மேனிலைப்பள்ளி மாணவர்களின் கவிதை நயத்தைச் சுவைக்கும் திறனை சோதிப்பதாகும். ஒரு கவிதையில் எதுகை, மோனை, அணி வகைகள், தொடைகள் ஆகியவை அமைந்து கவிதையை அழகு செய்கின்றன. உள்ளத்தை ஈர்த்துச் சிந்தையை மகிழ்விக்கும் கவிதை நயத்தினை வெளிப்படுத்திப் பாராட்டுதலே இலக்கிய நயம் பாராட்டலாகும்.

கவிமணி தேசிகவிநாயகம் பிள்ளை, பாரதியார், பாரதிதாசனார், நாமக்கல் கவிஞர் வெ.இராமலிங்கம் பிள்ளை போன்றோர் இயற்றிய பாடல்களிலிருந்து வினாப்பகுதியைக் கொடுத்து இலக்கிய நயம் பாராட்டு மாறு வினவுவர். மாணவர்கள் கேட்கப்பட்ட பாடப்பகுதியின் சொல், பொருள், தொடை, சந்தம், அணி ஆகியவற்றுள் ஏற்புடைய நயங்களை விளக்குதல் வேண்டும். மாணவர்கள் இப்பயிற்சியில் நல்ல தேர்ச்சி பெற வேண்டும். அப்போதுதான் தேர்வைச் சிறந்த முறையில் எதிர்நோக்க முடியும்.

மையக்கருத்து

கொடுக்கப்பட்ட பாடலை மாணவர்கள் திரும்பத் திரும்ப படிக்க வேண்டும். அப்பொழுதுதான் அந்தப் பாடலின் மையக் கருத்து எது என்பது நமக்கு விளங்கும். அக்கருத்தை எழுதி, அதற்குப் பொருத்தமான தலைப்பு ஒன்று இட வேண்டும்.

தொடை நயம்

பாடலில் இடம் பெறும் முக்கியத் தொடைகளான மோனைத்தொடை, எதுகைத்தொடை, முரண் தொடை, இயைபுத் தொடை ஆகியவற்றைக் குறித்தல் நல்லது.

மோனைத் தொடை

மோனைத் தொடையில் சீர்மோனை, அடிமோனை ஆகிய இரண்டினைக் குறிப்பிட்டால் போதுமானது.

சீர்மோனை

ஓரடியில் சீர்தோறும் முதலெழுத்து ஒன்றாக வருவது சீர் மோனையாகும்.

அடிமோனை

அடிதோறும் முதலெழுத்து ஒன்றாக வருவது அடி மோனையாகும்.

எதுகைத் தொடை

ஓரடியில் சீர் தோறும் முதலெழுத்துத் தம்முள் அளவொத்து இருக்க, இரண்டாம் எழுத்து ஒன்றி வருவது சீர் எதுகையாகும்.

அடிதோறும் முதற்சீரின் முதலெழுத்துத் தம்முள் அளவொத்து இருக்க, இரண்டாம் எழுத்து ஒன்றி வருவது அடி எதுகையாகும்.

முரண்தொடை

ஓரடியில் சீர்தோறும் சொல்லோ அதன் பொருளோ முரண்பட (எதிர்ச்சொல்லாய் - மாறுபாடாய்) வருவது சீர் முரணாகும். ஒரு பாடலில் சொற்கள் மாறுபட்ட பொருளில் வந்தாலும் அது முரண் தொடையாம்.

அடிதோறும் முதலில் சொல்லோ அதன் பொருளோ முரண்பட வருவது அடிமுரணாகும்.

இயைபுத் தொடை

ஓரடியில் சீர்தோறும் இறுதியில் நிற்கும் எழுத்தோ, சொல்லோ ஒன்றி வருதல் சீர் இயைபாகும்.

அடிதோறும் கடைசியில் நின்ற எழுத்தோ, சொல்லோ ஒன்றி வருதல் அடி இயைபாகும்.

பொருள் நயம்

கவிதையின் பொருள் நயம் கவிஞர்கள் கையாளும் அணிநலன்களால் வெளிப்படும்.

சொல் நயம்

கவிதையில் சொற்களை இடத்திற்கேற்றவாறு பயன்படுத்துவதாலும், அடைமொழிகளினாலும் சொற்கள் நயம் பெறும்.

சந்த நயம்

சந்தம் என்பது ஓசை. ஓசையால் பாடல் அழகு பெறும். வெண்பா, ஆசிரியப்பா, கலிப்பா, வஞ்சிப்பா முறையே செப்பலோசை, அகவலோசை, துள்ளலோசை, தூங்கலோசை ஆகிய ஓசைகளைப் பெற்று இயங்கும்.

கீழ்வரும் பாடலைப் படித்துணர்ந்து அதன் மையக் கருத்தை நயமுடன் எடுத்துக் கூறுக. அப்பாடலில் அமைந்துள்ள எதுகை, மோனை, முரண், அணி, சந்தம், உவமை, உருவகம் ஆகியவற்றுள் ஏற்புடையவற்றைச் சுட்டுக.

> "கிளையினிற் பாம்பு தொங்க
> விழுதென்று குரங்கு தொட்டு
> விளக்கினைத் தொட்ட பிள்ளை
> வெடுக்கென குதித்ததைப் போல்
> கிளைதோறும் குதித்துத் தாவிக்
> கீழுள்ள விழுதை யெல்லாம்
> ஒளிப்பாம்பாய் எண்ணி யெண்ணி
> உச்சி போய்த் தன்வால் பார்க்கும்"

- பாவேந்தர் பாரதிதாசன்

மையக்கருத்து

ஆலமரம் ஒன்றில் விழுதுகள் தொங்கின. அவ்விழுது களுடன் பாம்பொன்றும் தொங்கியது. ஒரு குட்டிக் குரங்கு அந்தப் பாம்பை விழுதென்று நினைத்து தொட்டது. உடனே 'வெடுக்'கெனத் தன் கையை விலக்கிக் கொண்டு மரத்தின் உச்சிக்கிளையை அடைந்தது. பயத்தின் காரண மாய் அக்குரங்கு கீழே பார்த்தது. 'காமாலைக் கண்ணுக்குக் கண்டதெல்லாம் மஞ்சள்' என்பது போல அக்குரங்கின் கண்ணுக்குக் கீழுள்ள விழுதுகளெல்லாம் பாம்பாகவே காட்சி யளித்தன. அது மட்டுமின்றி தன் வாலையும் 'பாம்போ' என்று பார்த்தது! இவ்வழகிய பாடல் பாரதிதாசனாரின் 'அழகின் சிரிப்பு' என்னும் நூலில் இடம் பெற்றுள்ளது.

எதுகைத்தொடை

அடிதோறும் முதற்சீரின் முதலெழுத்துத் தம்முள் அளவொத்து இரண்டாம் எழுத்து ஒரே மாதிரியாய் வருவது அடி எதுகைத் தொடையாகும்.

கிளை
விள
கிளை - என்று முதல் மூன்று அடிகளில் எதுகைத்
தொடை வந்துள்ளது.

மோனைத்தொடை

ஓரடியில் சீர்தோறும் முதலெழுத்து ஒன்றாக வருவது
சீர்மோனையாகும்.

விளக்கு - வெடுக்கு
கிளை - கீழ் - என்று முதற்சீரிலும் நான்காம் சீரிலும்
முதலெழுத்து ஒன்றி வந்து மோனைத்தொடை
அமைந்து கவிதைக்கு இனிய ஓசையைத் தருகிறது.

அணி

சிறு குழந்தை எரிகின்ற விளக்கைத் தொட்டு, அது
சுடும்போது, 'வெடுக்கென' கையை எடுப்பதுபோல,
குரங்கு, பாம்பு ஒன்றை விழுது என நினைத்து தொட்டது.
என்று குரங்கின் அறியாத செயலுக்கு குழந்தையை
உவமையாகக் கூறியுள்ளார் பாரதிதாசனார். பின்பு அது
பாம்பு என அறிந்ததும் 'வெடுக்கென' கையை எடுத்தது.
இப்பாடலில் உவமையணி பயின்று வந்து பாடலை
அழகுபடுத்தி யுள்ளது.

சந்தம்

இப்பாடல் அறுசீர்க்கழிநெடிலடி ஆசிரிய விருத்தப்பா
ஆகும். எனவே, இப்பாடலில் அகவலோசை இடம்
பெற்றுள்ளது.

சுவை

பேதைமையால் விளைந்த நகைச்சுவையைப் பாவேந்தர் இப்பாடலில் அமைத்துள்ளார்.

தலைப்பு
பேதைக்குரங்கு

கீழ்வரும் பாடலைப் படித்துணர்ந்து அதன் திரண்ட கருத்தை நயமுடன் எடுத்துக்கூறுக. அப்பாடலில் அமைந்துள்ள எதுகை, மோனை, முரண், அணி, சந்தம், உவமை, உருவகம் ஆகியவற்றுள் ஏற்புடையவற்றைச் சுட்டுக:

யாமறிந்த மொழிகளிலே தமிழ்மொழி போல்
        இனிதாவது எங்கும் காணோம்
பாமரராய் விலங்குகளாய் உலகனைத்தும்
        இகழ்ச்சிசொலப் பான்மை கெட்டு
நாமமது தமிழரெனக் கொண்டிங்கு
        வாழ்ந்திடுதல் நன்றோ? சொல்லீர்!
தேமதுரத் தமிழோசை உலகமெலாம்
        பரவும் வகை செய்தல் வேண்டும்.

- பாரதியார்

24. நடைமுறையில் பயன்படுத்தப்படும் பிழையான வாக்கியங்களும், அவற்றிற்கு இணையான சரியான வாக்கியங்களும்

நம் தமிழ்மொழி தொன்மையான மொழி. இனிமையான மொழி. இம்மொழியைப் பேசும் தமிழர்கள் வாக்கியங்களைச் சரியாக எழுதப் பழகிக் கொள்ள வேண்டும். அவ்வாறே, ஒருமை பன்மை பிழை, சந்திப் பிழை, திணை வழு, போன்றவைகளை நீக்கிப் பிழையின்றி எழுதப் பழக வேண்டும்.

உண்ணும் உணவில் ஒரு கல் இருந்தால் அது எப்படி உணவின் சுவையைக் கெடுத்து தொல்லைக் கொடுத்து விடுமோ, அப்படியே வாக்கியங்களில் அமையும் பிழையும் தமிழர்க்குத் தொல்லை தரும். எனவே தமிழராகிய நாம் கூடுமானவரை வாக்கியப் பிழையின்றி எழுதப் பழகலாமே!

1. 'செய்திகள் வாசிப்பது கண்ணன்'.

இது தவறு. வாசிப்பது என்பது அஃறிணைச் சொல். அதனால் 'வாசிப்பவர்' என்னும் சொல்லை இட்டுச் 'செய்திகள் வாசிப்பவர் கண்ணன்' என்று எழுத வேண்டும்.

2. 'கோவலனது மகள் மணிமேகலை'

இவ்வாக்கியம் தவறானது. 'கோவலனது' என்பதைப் பிரித்தால் 'கோவலன்+அது' என்று பிரியும். இச்சொல்லில் 'அது' என்பது அஃறிணைக்கு உரியது. 'கோவலனது சிலம்பு, கோவலனது கோல்' என எழுதுவது சரி. ஆனால்

கோவலனது மகள், கோவலனது மனைவி என்று எழுதுதல் பிழையானதாகும். எனவே 'கோவலனுக்கு மகள் மணிமேகலை' என்று எழுதுவதே சரி.

3. 'கம்பரின் பாடல்கள் பாராட்டப்பட்டது'

இவ்வாக்கிய அமைப்பு தவறானது. 'பாடல்கள்' என்பது பன்மை. 'பாராட்டப்பட்டது' என்பது ஒருமை. பன்மைக்கு வினைமுடிபு பன்மையிலேயே அமைய வேண்டும். எனவே, இவ்வாக்கியத்தை 'கம்பரின் பாடல்கள் பாராட்டப்பட்டன' என்று எழுதுவதுதான் சரி.

4. 'இந்த வகுப்பில் கவிதா ஒருவள் மட்டுமே நன்றாகப் படிக்கிறாள்'

இது பிழை. 'ஒருவள்' என்பது சரியான பெண்பாற் சொல் அன்று. 'ஒருத்தி' என்பதே சரி. எனவே, 'இந்த வகுப்பில் கவிதா ஒருத்தி மட்டுமே நன்றாகப் படிக்கிறாள்' என்று எழுதுவதே சரி.

5. 'இது எனது புத்தகம்'

இவ்வாக்கியம் பிழையானது. 'அது' என்பது அஃறிணைக்கு உரியது. எனவே, 'இது என் புத்தகம்' என்று எழுதுவதே சரி. இல்லையெனில், 'இது என்னுடைய புத்தகம்' என்றும் எழுதலாம்.

6. 'ஒரு ஊரில் ஒரு ராசா இருந்தார்''

இவ்வாக்கியம் தவறானது. வருமொழி முதலில் உயிரெழுத்து வந்தால் நிலைமொழியில் 'ஓர்' எனவே தொடங்க வேண்டும். எனவே, 'ஓர் ஊரில் ஒரு ராசா இருந்தார்' என்று எழுதுவதே மிகவும் பொருத்தமானதாகும். 'ஒரு ஊரில் ஒரு ராசா இருந்தார்' என்று எழுதுவதே

தற்பொழுது வழக்கில் உள்ளது. இதை மாற்றிக் கொள்ள வேண்டும்.

7. 'அது குற்றமல்ல என்று நீதிபதி தீர்ப்பு வழங்கினார்'

இது தவறு. இவ்வாக்கியத்தில் உள்ள 'அல்ல' என்பது அஃறிணைப் பன்மைக்குரியது. எனவே 'அது குற்றமன்று என்று நீதிபதி தீர்ப்பு வழங்கினார்' என்று எழுதுவதே சரி.

8. 'என் பிறந்தநாள் விழாவிற்கு அனைவரும் வர வேண்டுமாய்க் கேட்டுக் கொள்ளப்படுகிறார்கள்'

இது தவறு. ஆங்கில மொழியின் தாக்கத்தால் நேர்ந்த வாக்கியப் பிழை இது. எனவே, 'என் பிறந்த நாள் விழாவிற்கு அனைவரும் வர வேண்டுமாய்க் கேட்டுக் கொள்கிறோம்' என்று எழுதுவதுதான் சரியான வாக்கிய மாகும்.

9. 'திருக்குறளை இயற்றியது யார்?'

இவ்வாக்கியம் பிழையானது. 'அது' என்பது அஃறிணைக்கு உரியது. எனவே, 'திருக்குறளை இயற்றியவர் யார்?' என்று எழுதுவதே சரி.

10. 'அங்கே தெரிவது பாம்பல்ல'

இவ்வாக்கியம் தவறு. 'அல்ல' என்பது அஃறிணை பன்மைக்கு உரியது. ஆனால் 'பாம்பு' என்பது ஒருமை. எனவே, 'அங்கே தெரிவது பாம்பன்று' என்றே எழுத வேண்டும். அதுவே பிழையற்ற வாக்கியமாகும்.

11. 'இது பொது வழி அல்ல'

இது தவறு. 'இது பொது வழி அன்று' என்று எழுது வதே சரி.

12. 'ஒருவருக்குப் பெயரும் புகழும் எதனால் ஏற்படுகிறது?'

இவ்வாக்கியம் தவறானது. பெயர், புகழ் இவை இரண்டையும் வாக்கியத்தில் எழுதும்போது முடிவும் பன்மையிலேயே இருக்க வேண்டும். எனவே, 'ஒருவருக்குப் பெயரும், புகழும் எவற்றால் ஏற்படு கின்றன?' என்று எழுதுவதான் சாலப் பொருந்தும்.

13. 'கூட்டுக்குடும்பத்தில் அதிகாரங்கள் கூடாது'

இது தவறு. 'அதிகாரங்கள்' என்பது பன்மை. 'கூடாது' என்பது ஒருமை. இவ்வாறு ஒருமை பன்மை மயக்கத் துடன் வாக்கியத்தை எழுதுவது தவறு. வாக்கியத்தில் அமையும் செய்திகள் பன்மையாக இருப்பின் முடிவும் பன்மையாகவே இருக்க வேண்டும். எனவே, 'கூட்டுக் குடும்பத்தில் அதிகாரங்கள் கூடா' என்று எழுதுவதே சரியானது.

14. 'நேற்று வந்தவன் இவன் அல்ல'

இது தவறு. 'அல்ல' என்பது அஃறிணை பன்மைக்கு உரியது. எனவே, அதனை நீக்கி உயர்திணை ஒருமைக் குரிய 'அல்லன்' என்று இட்டு எழுத வேண்டும். அதனால், 'நேற்று வந்தவன் இவன் அல்லன்' என்று எழுதுவதே சரியானதாகும்.

15. 'பிரதி செவ்வாய் தோறும் கடை விடுமுறை'

இவ்வாக்கியம் தவறு. 'பிரதி' என்பதற்கும் 'தோறும்' என்பதற்கும் ஒரே பொருள்தான். எனவே, இரண்டில் ஒரு சொல் இருந்தால் போதுமானது. எனவே, 'செவ்வாய் தோறும் கடை விடுமுறை' என்று எழுதினாலே போது மானது.

'பிரதி' என்பது வடசொல்.

16. 'இக்கடையில் தேங்காய் எண்ணை கிடைக்கும்'

இவ்வாக்கியத்தில் எழுத்துப் பிழையோ, ஒருமை பன்மை பிழையோ இல்லை. ஆனால் சொற்பிழை உள்ளது. 'எண்ணை' என்பது பிழையான சொல். 'எண்ணெய்' என்பதே சரியான சொல் ஆகும். எள்+நெய்= எண்ணெய் என்று ஆனது. எள்ளிலிருந்து எடுக்கப்படும் நெய் என்பதே இதன் பொருள். முதன் முதலில் எள்ளிலிருந்து மட்டுமே நெய் எடுக்கப்பட்டது. இதனால் 'எண்ணெய்' என்ற சொல் தோன்றியது. அதுவே இன்று பொதுச் சொல்லாக மாறி விட்டது. எந்த எண்ணெய் தேவையோ அதனை முன்னால் எழுதி தேங்காய் எண்ணெய் என்றோ, வேப்பெண்ணெய் என்றோ எழுத வேண்டும். எனவே, இக்கடையில் 'தேங்காய் எண்ணெய் கிடைக்கும்' என்று எழுதுவதே சரியாகும்.

17. 'இக்கடையில் புண்ணாக்கு கிடைக்கும்'

இது தவறு நிலக்கடலையிருந்து எண்ணெய் பிழிந்தெடுக்கப்பட்ட பின்பு மீதமிருக்கும் சக்கையைப் 'பிண்ணாக்கு' என்றே அழைப்பார்கள். அச்சொல் மருவிப் 'புண்ணாக்கு' என்று ஆகி விட்டது. 'புண்ணை உடைய நாக்கு' என்று பொருள் தருவதால் 'இக்கடையில் புண்ணாக்கு கிடைக்கும்' என்று எழுதக்கூடாது. எனவே, 'இக்கடையில் பிண்ணாக்கு கிடைக்கும்' என்று எழுதுவதே சரி. புண்ணாக்கு என்ற பேச்சு வழக்குச் சொல் இலக்கிய வழக்காக மாறிவிட்டது.

18. 'பாட்டியிடம் புட்டு வாங்கினேன்'

இது தவறு. மிக எளிதாகப் பிளவுபடும் (உடைபடும்) உணவு 'பிட்டு' என்று அழைக்கப்படும். எனவே, 'பாட்டியிடம் பிட்டு வாங்கினேன்' என்று எழுதுவதே சரி.

பரஞ்சோதி முனிவர் இயற்றிய திருவிளையாடற் புராணத்தில் 'பிட்டுக்கு மண் சுமந்த படலம்' என்று ஒரு படலம் (சிறு பிரிவு) உள்ளது. அதோடு ஒப்பிட்டுக் கண்டு கொள்க.

19. 'உரிமையாளர் : ரங்கநாயகி'

இதில் உள்ள பெயர் தமிழ் இலக்கண முறைப்படி தவறானது. 'ர' என்னும் எழுத்து மொழிக்கு முதலில் வரக்கூடாது. எனவே, இப்பெயரை அரங்க நாயகி என எழுதுவதே சரி. 'ர'வில் தொடங்கும் பெயர்கள் தமிழ்ப் பெயர்கள் அல்ல. 'ர'வில் தொடங்கும் பெயர்களுக்கு முன் 'அ இ உ' என்ற மூன்றில் ஏற்புடையதைச் சேர்க்க வேண்டும் என்பது நன்னூல் கருத்து.

20. பறக்காதவை பறவை அல்ல

இது தவறு. 'அல்ல' என்பது அஃறிணைப் பன்மைக்கு உரியது. ஆனால் 'பறவை' என்பது ஒருமை. எனவே இவ்வாக்கியம் மயக்கம் தருகிறது. எனவே, 'பறவை' என்னும் ஒருமையைப் 'பறவைகள்' எனப் பன்மை யாக்கினால் சரியான வாக்கியமாகி விடும். அதனால், 'பறக்காதவை பறவைகள் அல்ல.' என்று எழுதுவதே சரி.

(குறிப்பு: இது போன்ற வாக்கியத்தைத் தெளிவாகப் புரிந்து கொள்ள வேண்டும். தோற்றத்தில் பாலும், சுண்ணாம்பு நீரும் ஒன்றாய் இருந்தாலும் அவற்றின் சுவைகளில் மாறுபடுவது போல, சில வாக்கியங்களை ஒப்பிட்டுக் காணும்போது வேறுபாடு இல்லாதது போல் தோன்றும். ஆனால், ஆழ்ந்து கவனித்தால் அவைகளுக் கிடையே நுண்ணிய வேறுபாடு இருப்பது தெரிய வரும்.

பின்வரும் பிழையான வாக்கியங்களைச் சரியாக எழுதிப்பழகுக :

1. தூரத்தில் ஓடுவது நாய் அல்ல.

2. ஒருவனுக்கு ஒருவள் என்பதே தமிழர் பண்பாடு.

3. பிரதி புதன்தோறும் சொற்பொழிவு நடைபெறும்.

4. மலைபோல் தேங்காய் குவிந்து உள்ளது.

5. சன் தொலைக்காட்சியில் செய்திகள் படிப்பது மீரா கிருட்டிணன் அவர்கள்.

6. எனது தம்பி நன்றாகப் படிப்பான்.

25. மரபுச் சொற்களும் தொடர்களும்
(IDIOMS AND PHRASES)

1. Ahead of - முன்னேறியிருத்தல்

Kavitha is far ahead of other students in Tamil.

கவிதா தமிழில் மற்ற மாணவர்களை விட முன்னேறியிருக்கிறாள்.

2. All in all - எல்லாம்

My brother is all in all in this office.

இந்த அலுவலகத்தில் என் உடன் பிறந்தவர்தான் அதிகாரங்கள் அனைத்தும் பெற்றவர்.

3. At least - குறைந்த அளவு

I will get at least 40 marks in science.

நான் அறிவியலில் குறைந்தது 40 மதிப்பெண்களாவது பெறுவேன்.

4. Bet - பந்தயம் கட்டுதல்

I bet you cannot do this work in five minutes.

ஐந்து நிமிடங்களில் நீ இந்த வேலையைச் செய்ய முடியாது என்று நான் பந்தயம் கட்டுகிறேன்.

5. Break down இயந்திரக் கோளாறு காரணமாய் வாகனங்கள் நிற்றல்

My car is break down.

எனது மகிழ்வுந்து இயந்திரக்கோளாறு காரணமாய் நின்று விட்டது.

6. Hold on - காத்திருத்தல்

Please hold on! I will return just 5 mintues.

தயவு செய்து 5 நிமிடங்கள் காத்திருங்கள். நான் உடனே திரும்பி விடுவேன்.

7. Join in - பங்கு பெறுதல்

May I join in this party?

நான் இந்த விழாவில் பங்கேற்கலாமா?

8. Put off - தள்ளிப்போடுதல்

I must put off this work until next year.

நான் இந்த வேலையை அடுத்த வருடத்திற்குத் தள்ளிப் போடுகிறேன்.

9. well to do - செல்வமுடைமை

He comes of a well to do family.

அவன் பணக்காரக் குடும்பத்திலிருந்து வந்தவன்

10. Turn up - திடீரென்று

My sister turned up yesterday.

என் சகோதரி நேற்றுத் திடீரென வந்தாள்.

கீழ்க்காணும் பயிற்சிகளைச் செய்து பார்க்க:

1. All along - முதலிலிருந்து
2. At a time - ஒரே சமயத்தில்

3. At a stand still - முன்னேற்றமின்றி

4. Be off - விடை பெறுதல்

5. Bring out - நூல் வெளியிடுதல், வெளிக்கொணருதல்

6. Come up to - சமமாக

7. Comes out - வெளி வருதல்

8. Draw out - வெளிப்படுத்தல்

9. Eye witness - நடந்ததைக் கண்ணால் கண்ட மனிதர்

10. Fall off - வீழ்ச்சியடைதல்

26. சொல்லும் பொருளும்

1. கால் : நம் உடல் உறுப்புகளில் காலும் ஒன்று. ஒவ்வொருவரின் உயரமும் அவரவர் கைகளால் எட்டுச்சாண் இருக்கும்.

"எண்சாண் உடம்பிற்கு சிரசே பிரதானம்" என்றார் திருமூலர்.

பாதத்திலிருந்து முட்டிவரை அளந்து பார்த்தால் இரண்டு சாண் இருக்கும். எட்டு என்ற எண்ணில் கால் பகுதி இரண்டுதானே! அதனால்தான் அப்பகுதி கால் என்று அழைக்கப்படுகிறது.

2. இடை : வயிற்றுக்கும் கால்களுக்கும் இடையே (நடுவே) இருப்பதால் 'இடை' என்று பெயர் ஏற்பட்டது.

3. தலை : 'தலை' என்றால் முதன்மை என்று பொருள். நம் உடலின் முதன்மைப் பகுதிகளான கண், மூக்கு, செவி, வாய், அனைத்திற்கும் மேலாக மூளை போன்றவை எல்லாம் அடங்கியிருப்பதால் அப்பகுதி தலை என்று பெயர் பெற்றது. கண்கள் மூலம் நல்ல காட்சிகளையும், செவிகளின் மூலம் இனிய செய்திகளையும், மூக்கின் மூலம் நல்ல மணத்தையும், வாயின் மூலம் பிறருக்குத் தீங்கு தராத இனிய சொற்கள் பேசுதலையும், அனைத்திற்கும் மேலாக மூளையில் நல்ல சிந்தனைகளை உருவாக்கி அவைகளை நாட்டு மக்களுக்கு நல்ல முறையில் பயன்படுத்துபவனையே 'தலைவன்' (முதன்மையானவன்) என்ற சொல் குறிக்கும். இப்பொழுது பெயரளவில் தலைவர்களாய் இருக்கும் யாருக்கும் இந்தச் சொல் பொருந்தாது.

4. புடை வை :

புடை - சுற்று (உடலைச் சுற்றிக் கட்டுதல்)

மன்னர் புடைசூழ வந்தார் என்றால் அமைச்சர், படைத்தலைவர், போர் வீரர்கள் ஆகிய அனைவரும் மன்னரைச் சுற்றி நின்று, அவர்களுக்கு நடுவே அரசர் வீர நடையுடன் வந்தார் என்பது பொருள்.

பெண்கள் தங்கள் உடையை உடலைச் சுற்றிக் கட்டுவதால் அவ்வுடை 'புடைவை' எனப் பெயர் பெற்றது.

5. மிளகாய் :
ஆரம்பக் காலங்களில் தமிழர்களின் உணவில் மிளகு காரத்திற்காக சேர்க்கப்பட்டது. பின்பு எரியும் தன்மையுடைய ஒருவகை காயானது சிலி நாட்டிலிருந்து தமிழ்நாட்டிற்குக் கொண்டு வரப்பட்டது. அந்தக் காயானது மிளகு போலவே காரமானதாக இருந்ததால் (மிளகு+காய்) = 'மிளகாய்' என்று பெயர் பெற்றது. மிளகாய் சிலி நாட்டிலிருந்து வந்ததால் அது 'Chilly' என்றே ஆங்கிலத்தில் வழங்கப்படுகிறது.

6. கொட்டாங்குச்சி :

கொட்டன், கொட்டன்காய் என்னும் சொற்கள் தேங்காயைக் குறிப்பன. 'சில்' என்றால் ஓடு என்று பொருள்படும். உரித்த தேங்காய் வலிமையான மேலோட்டைப் பெற்றிருப்பதால் அது 'கொட்டாங்காய்ச்சில்' என அழைக்கப்பட்டது. அதுவே நாளடைவில் மருவி கொட்டாங்கச்சி என்று ஆனது.

7. சீதாப்பழம் :

இப்பழத்தை அனைவரும் அறிந்திருப்பர். இப்பழம் உடலுக்கு மிகுந்த குளிர்ச்சியை ஏற்படுத்தும். சீதம் என்றால் குளிர்ச்சி என்பது பொருள். உடலுக்கு அதிகக் குளிர்ச்சி தரும் இப்பழத்தை 'சீதப்பழம்' என்று சொல்வதே சரி. ஆனால் இது நாளடைவில் சீதாப்பழம் என்றும் சீத்தாப்பழம் என்றும் வழங்கத்தலைப்பட்டது.

8. மீன் :

தண்ணீருக்கு மேலே வந்து மின்னுவதால் நீர் வாழ் உயிர்களுக்கு 'மீன்கள்' என்று பெயர் வந்தது. விண்ணில் (வானில்) மின்னும் நட்சத்திரங்கள் விண்மீன்கள் என அழைக்கப்படுகின்றன.

வானில் ஒரு நொடி மின்னி மறைவதால் 'மின்னல்' என்று பெயர் ஏற்பட்டது.

மின்னல், மீன், மின்மினி - இவைகளுக்கெல்லாம் வேர்ச்சொல் 'மின்' என்பதே ஆகும்.

9. மாணாக்கன் :

'மாண்பு' என்னும் சொல்லுக்கு பெருமை, உயர்வு, மதிப்பு, சிறப்பு என்னும் பல பொருள் உண்டு. இத்தனை நல்லியல்புகளும் ஒருங்கே பெற்றவன் மாணவன் என்றும், பெண்ணாக இருந்தால் மாணாக்கி என்றும் அழைக்கப்பட்டாள். (தற்கால மாணவர்களைச் சிறிது சிந்தித்துப் பார்ப்பது நலம்.)

10. பள்ளாங்குழி :

மகளிர் தம் இல்லங்களில் ஆடும் ஒருவகை விளையாட்டு 'பல்லாங்குழி' என அழைக்கப் படுகிறது. இவ்விளையாட்டிற்கு ஒரு வகைக் கருவியைப் பயன்படுத்துகிறார்கள். இதில் பக்கத்துக்கு ஏழு ஏழாகப் பதினான்கு (பன்னான்கு) குழிகள் இருக்கும். எனவே, இதன் சரியான பெயர் 'பன்னான்கு குழி' என்பதுதான்.

இதுவே நாளடைவில் 'பல்லாங்குழி' என்று ஆயிற்று. ஒன்றுக்கு மேற்பட்ட எண்ணிக்கை உடைய பொருள்களை நாம் 'பல' என்று கூறுகிறோம். எனவே, பல குழிகளைக் கொண்டதால் 'பல்லாங்குழி' எனப் பெயர் வந்தது என்றும் கூறலாம்.

11. முந்திரிக் கொட்டை :

அனைத்துப் பழங்களுக்கும் கொட்டைகள் (விதைகள்) பழத்தின் உள்ளே இருக்கும். முந்திரிப் பழத்திற்கு மட்டும் கொட்டை வெளியே தெரியும்படி அமைந்திருக்கும். எனவே இது முன்னால் தெரிவதால் 'முன்தெரிகொட்டை' என்றே பெயர் இருக்க வேண்டும். நாளடைவில் அச்சொல் மக்களிடம் அகப்பட்டு அர்த்தம் மாறி 'முந்திரிக் கொட்டை' என்று பெயராயிற்று.

12. நாத்துனார் :

நாத்தி என்றால் கணவனின் உடன்பிறந்தவள். நாத்தனார் என்றும் சொல்வார்கள். இச்சொல் இலக்கியங்களில் 'நாத்தூண்' என்றுதான் வழங்கப்படுகிறது. (நாத்தூண்நங்கை - சிலம்பு 16:9) 'நாத்தூண்' என்னும் சொல்லுடன் மதிப்பை அதிகப்படுத்த 'ஆர்' என்பதைச் சேர்த்து (நாத்தூண்+ஆர்) 'நாத்தூணார்' என்று வழங்கியது.

இன்றைய வழக்கில் 'நாத்தனார்' என்றே வழங்கப் படுகிறது.

13. குரங்கு :

'குடங்குதல்' என்ற சொல்லுக்கு 'வளைந்திருத்தல்' என்பது பொருள். வளைந்த உடல் பகுதியைக் கொண்ட விலங்கு 'குரங்கு' என அழைக்கப்பட்டது.

14. ஆர்க்காடு; ஆற்காடு :

'ஆர்' என்றால் ஆத்தி மரம். ஆத்தி மரங்கள் முன்பு அடர்ந்திருந்த காரணத்தால் அப்பகுதி 'ஆர்க்காடு' எனப் பெயர் பெற்றது.

தமிழ்நாட்டில் வடார்க்காடு, தென்னார்க்காடு என்ற இரண்டு மாவட்டங்கள் உள்ளன. சிலர் இச்சொல்லை 'ஆற்காடு' என்று எழுதுவார்கள். 'ஆல்' என்றால் ஆலமரம். ஆலமரங்கள் நிறைந்திருந்த காடு 'ஆற்காடு' எனப் பொருள்படும்.

ஆலமரங்கள் அடர்ந்திருந்த பகுதிகள் அக்காலத்தில் உண்டு. பாண்டியன் நெடுஞ்செழியன் என்னும் பாண்டிய மன்னன் தன்னை எதிர்த்த ஏழு அரசர்களை ஆலமரங்கள் அடர்ந்திருந்த 'தலையாலங்கானம்' என்னும் இடத்தில் வென்றான். அதனால் அவன் 'தலையாலங்கானத்து செருவென்ற பாண்டியன் நெடுஞ்செழியன்' என்று அழைக்கப்பட்டான்.

எனவே, ஆத்தி மரங்கள் வளர்ந்திருந்த பகுதியை 'ஆர்க்காடு' என்றும், ஆல மரங்கள் வளர்ந்திருந்த பகுதியை 'ஆற்காடு' என்றும் நாம் பொருள் கொள்ளலாம்.

15. நேத்திக்கடன் :

கிராமத்து மக்கள் தங்களின் மனக்குறைகளைத் தீர்த்து வைக்கும்படி தங்கள் குலதெய்வங்களிடம் வேண்டிக் கொள்வர். அவ்வாறு தங்களின் மனக்குறைகளைத் தீர்த்து வைத்தால் அந்தத் தெய்வங்களுக்கு தங்களின் வசதிக் கேற்ப ஏதாவது கைமாறு செய்வதாக வேண்டிக் கொள்வர். இதனை 'நிவர்த்திக்கடன்' என்றுதான் சொல்ல வேண்டும். அச்சொல் திரிந்து 'நேத்திகடன்' என்று ஆகிவிட்டது.

16. திண்டிவனம் :

'திந்திரிணி' - என்னும் வட சொல்லுக்குப் 'புளி' என்று பெயர். 'வனம்' என்றால் காடு. புளியமரங்கள் அடர்ந் திருந்த காடு 'திண்டிவனம்' என அழைக்கப்பட்டது. தொடக்கத்தில் திண்டிவனத்தின் பெயர் திந்திரிணிவனம் என வழங்கியிருக்கலாம். இன்றுகூட அவ்வூரில் வரிசை யாகப் புளிய மரங்கள் இருப்பதை அறியலாம்.

17. முண்டகக் கண்ணியம்மன் :

'முண்டகம்' என்றால் தாமரை. தாமரை மலர் போன்ற கண்களைக் கொண்ட அம்மன் முண்டகக் கண்ணியம்மன் என அழைக்கப்பட்டாள். மக்கள் இச்சொல்லைத் திரித்து முண்டக் கண்ணியம்மன் எனத் தவறாக வழங்கு கின்றனர்.

பின்குறிப்பு: தமிழில் கற்றுப் புலமை பெற்றவர்கள் சொல்லாராய்ச்சி செய்ய முன்வர வேண்டும். தேவநேயப் பாவாணர், இரா.இளங்குமரனார், தி.முத்துக்கண் ணப்பன், சு.செளந்தரபாண்டியன் போன்ற தமிழ்ப் பேரறிஞர்கள் சொல்லாராய்ச்சியில் ஈடுபட்டவர்களாவர்.

தேவநேயப்பாவாணர் தம் வாழ்நாள் முழுவதையும் சொல்லாராய்ச்சிக்காக செலவழித்தார். தமிழின் மேன்மைக்கு அவர் போல் உழைத்தவர் மிகச் சிலரே யாவர். தேவநேயப்பாவாணர் 'சொல்லராய்ச்சி வித்தகர்' எனப் போற்றப்பட்டவர்.

பாவாணரைப் பின்பற்றி தமிழர்கள் வாழ்ந்தால் தமிழ் மேன்மை பெறும். உயர்மலையில் தமிழ் உட்காரும் என்பதில் ஐயமில்லை. தமிழ்ச் சொல்லாராய்ச்சி கடல் போல் பெருகும்.

□□□

உறவுகள் மேம்பட...

குடும்பத்திலும் சரி, அலுவலகத்திலும் சரி, மனித உறவுகளில் விரிசல்கள் ஏற்படாமல் இருக்கவும், ஏற்பட்ட விரிசல்கள் மேலும் பெரிதாகாமல் இருக்க :

- நானே பெரியவன், நானே சிறந்தவன் என்ற அகந்தையை (Ego) விடுங்கள்.
- அர்த்தமில்லாமலும் பின்விளைவு அறியாமலும் பேசிக் கொண்டேயிருப்பதை விடுங்கள். (Loose Talk)
- எந்த விஷயத்தையும் பிரச்சினையையும் நாசுக்காக கையாளுங்கள். (Diplomacy) விட்டுக் கொடுங்கள் (Compromise)
- சில நேரங்களில் சில சங்கடங்களைச் சகித்துத்தான் ஆக வேண்டும் என்பதை உணருங்கள் (Tolerance)
- எல்லோரிடத்திலும் எல்லா விஷயங்களையும், அவர்களுக்கு சம்பந்தம் உண்டோ, இல்லையோ சொல்லிக் கொண்டிருக்காதீர்கள்.
- உங்கள் கருத்துகளில் உடும்புப் பிடியாய் இல்லாமல்,கொஞ்சம் தளர்த்திக் கொள்ளுங்கள்.(Flexibility)
- மற்றவர்களுக்குரிய மரியாதையை காட்டவும், இனிய, இதமான சொற்களைப் பயன்படுத்தவும் தவறாதீர்கள் (Courtesy)
- புன்முறுவல் காட்டவும், சிற்சில அன்புச் சொற்களை சொல்லவும்கூட நேரமில்லாதது போல் நடந்து கொள்ளாதீர்கள்.
- பிரச்சினைகள் ஏற்படும் போது அடுத்தவர் முதலில் இறங்கி வர வேண்டும் என்று காத்திருக்காமல் நீங்களே பேச்சைத் துவக்க முன் வாருங்கள்.